THÁI HÙNG TÂM

I0485870

KHÔNG Ý TƯỞNG - KHÔNG MARKETING

Nhóm Tác giả Vầng Trăng Việt thực hiện

THÁI HÙNG TÂM

Không Ý TƯỞNG -
Không MARKETING

Một ý tưởng marketing có thể
tự lây lan phát triển với thời gian

Think of It!

Nhà xuất bản
Cty TNHH Sáng tác & Tư vấn **Vầng Trăng Việt** ấn hành
© 2014 Thái Hùng Tâm
http://thaihungtam-blog.blogspot.com/

CHƯƠNG MỤC TRONG SÁCH

***

LỜI NÓI ĐẦU

Không chỉ marketing mà mọi việc làm hay hành động của con người đều bắt nguồn từ một ý tưởng, một câu chuyện mà ta tự hình thành, tự kể cho mình nghe, để từ đó có thái độ xử sự và quyết định. Bởi marketing là một công cụ xây dựng Thương hiệu, quảng bá và phát triển kinh doanh nên ý tưởng chủ đạo sẽ là điều quyết định sự thành bại của thương hiệu, sản phẩm hay dịch vụ trong tương lai. không có Ý tưởng chủ đạo, chúng ta không thể khởi tạo một kế hoạch marketing.

Chúng ta biết chắc chắn sản phẩm hay dịch vụ của mình là hơn hẳn so với các đối thủ cạnh tranh nhưng - hơn hẳn vẫn là chưa đủ để cho sản phẩm hay dịch vụ của chúng ta được biết đến và chấp nhận rộng rãi. Chúng ta cần phải có một ý tưởng đúng để quảng bá, thuyết phục, hấp dẫn người ta tin tưởng và dùng thử sản phẩm, dịch vụ của mình. Một ý tưởng đáng giá và khác biệt để làm cho thương hiệu hay sản phẩm của chúng ta nổi bật lên trước vô vàn các thương hiệu và sản phẩm đang hiện hữu trên thị trường. Phát hàng mẫu miễn phí cũng không hẳn đã bảo đảm cho chúng ta thành công.Chúng ta có thể phát nhưng bằng lòng dùng thử rồi chấp nhận lại hoàn toàn tùy thuộc vào quyết định của các đối tượng tiềm năng. Sản phẩm hay dịch vụ của chúng ta chắc chắn không thể hơn hẳn các sản phẩm hay dịch vụ tương tự đến mức ai cũng nhận thấy ngay và trầm trồ về những ưu việt mà chúng ta đang nỗ lực giới thiệu. Cho dù chúng ta có một sản phẩm, dịch vụ hoàn toàn mới, không có một sản phẩm hay dịch vụ tương tự nào đang hiện hữu trên thị trường, cho dù chúng ta là đầu tiên, thì cũng phải nỗ lực quảng bá sao đó để người tiêu dùng biết đến, chấp nhận và tạo thành nhu cầu. Chúng ta cần phải có một ý tưởng để quảng bá và làm cho người tiêu dùng chấp nhận sản phẩm, dịch vụ của mình. Tất cả mọi chuyện đều buộc phải bắt đầu từ - một Ý tưởng!

Việc một Ý tưởng có thể lan truyền và lây nhiễm như vi rút đã được Seth Godin trình bày trong cuốn Unleashing the Idea Virus nghe có vẻ không được bình thường nhưng trên thực tế, đó là điều đã xảy ra từ trước khi marketing được phát kiến. Mọi người chúng ta đều đã từng có lúc chứng kiến sự lây lan này. Chúng ta, ai cũng đã từng bị thôi thúc vì một bài hát, từng phải vội vã vì một cuốn sách, từng bị chiếm ngự bởi một ý tưởng nào đó mà hầu như chúng ta chưa bao giờ để ý hay bỏ công ra tìm hiểu xem tại sao chúng ta lại bị tác động như vậy?

Theo quan điểm Marketing Truyền thống thì điều này là phản khoa học bởi, nó đi ngược lại quan điểm của những người làm marketing trên toàn thế giới từ trước tới nay. Những người làm Quảng cáo, làm marketing đã phải trải qua cả một thế kỷ 20 với những nỗ lực kiểm soát, đo lường và vận dụng khoa học marketing để truyền đi một thông điệp đến với thật nhiều người như có thể. Đó là những ý tưởng được lan truyền bằng chính nỗ lực của những người làm marketing chứ không phải được lây lan từ những mối quan hệ của người tiêu dùng với người tiêu dùng như Seth Godin đã nhận định và nỗ lực tạo thành.

Dù sao đây cũng là một sự thật vẫn hiện hữu trong môi trường kinh doanh từ nhiều năm qua nhưng chưa hề được nói đến hay nghiên cứu và ghi nhận một cách chính thức. Những người làm marketing của thời đại mới đã từng mường tượng đến sự lây lan có thể hiện thực này nhưng chưa bao giờ thực sự nhận diện và xác định. Seth Godin đã xé toang bức màn the vẫn che giấu sự thật này bằng cách áp dụng những hiểu biết thông thường về sức mạnh lây nhiễm của thông tin

- những con vi rút ý tưởng lây nhiễm - vào với nghệ thuật truyền đạt hấp dẫn, chính xác và hiệu quả.

Không tốn một đồng nào vào quảng cáo, Truyện Kiều và Nguyễn Du vẫn sống mãi; bài "Dạ cổ hoài lang" đã từng ngày lớn mạnh và cái tên Cao Văn Lầu cũng lớn lên từ đó. Ngày nay, trong thời đại công nghệ thông tin, những ý tưởng có khả năng lây nhiễm thực sự mạnh mẽ hơn bao giờ hết khi việc lây truyền được định hướng bởi những tay chuyên nghiệp hiểu thấu bản chất của công việc mình làm cộng thêm với sự hỗ trợ của mạng Internet.

Tháng 7 năm 2005, một quãng thời gian có thể nói là cực kỳ nguy hiểm của Học viện Marketing Ứng dụng IAM, một thương hiệu huấn luyện marketing có tiếng ở Tp Hồ Chí Minh. Các chương trình huấn luyện đình trệ, các khóa học trống vắng và công tác tư vấn co hẹp, mọi khó khăn như cùng nhau dồn lại để đẩy IAM lui dần đến bên bờ vực. Công tác tư vấn tuy vẫn tạm đứng vững nhưng chỉ mảng tư vấn không thôi là chưa đủ để nuôi dưỡng IAM - một thực thể đang tuổi lớn với những nhu cầu cũng đang lớn dậy không ngừng. Những người sáng lập IAM quyết định phải ngồi lại với nhau để tìm ra một giải pháp thực sự hiệu quả cho sự sống còn của đứa con của họ. Sau nhiều giờ và nhiều đêm trăn trở, một ý tưởng chợt đến và các sáng lập viên IAM hiểu là họ cần phải có được một câu chuyện có tính lan truyền về hình ảnh của IAM – một học viện marketing, một công ty tư vấn marketing chuyên nghiệp.

Ý tưởng đã có và mọi việc còn lại tự động sắp xếp đâu vào đó. Như mọi câu chuyện khác, câu chuyện này cũng cần phải có một nhân vật cho nó – một nhân vật thật cho một câu chuyện thật có tính lây lan và bùng nổ. Và nhân vật phải có đó của IAM được quyết định sẽ là Lê Trung Thành, một trong những sáng lập viên IAM, một người làm marketing có bề dày kinh nghiệm, lúc đó đang là phó Tổng Giám đốc đặc trách marketing của Pepsico Việt Nam.

Các mối quan hệ được thiết lập và cuối cùng vào ngày 5/8/2005, bài báo "Những người làm thuê số 1: Từ 50.000đ/ tuần đến 6.000 USD/tháng" với Lê Trung Thành là nhân vật chính được đăng tải trên báo Tuổi Trẻ đã tạo thành nhiều cuộc bàn cãi cũng như trầm trồ trong giới kinh doanh.

Khi một câu chuyện có được một ý tưởng thực sự đáng giá và có khả năng lây nhiễm cao, những người đã đọc hay nghe câu chuyện đó sẽ tự mình hoàn tất mọi việc còn lại. Các đối tượng tiềm năng được nhắm đến trong chiến dịch marketing này của IAM đã tự mình lan truyền câu chuyện đi và... ngay trong buổi chiều hôm đó - điện thoại tìm hiểu về các khóa học và yêu cầu tư vấn từ khắp nơi đổ về văn phòng IAM!

Với một ý tưởng được thực hiện một cách chính xác và hợp lý, IAM đã làm bùng nổ một cơn dịch trong giới marketing Việt Nam. IAM đã khởi động một hệ thống Marketing Đồng tình (Permission Marketing) cho các đối tượng tiềm năng của mình với một ý tưởng có sức mạnh lây lan và rồi tránh sang một bên để tự các đối tượng tiềm năng nói chuyện với nhau và thực hiện marketing thay cho mình...

Thời đại ngày nay không còn là thời mà những người làm marketing là trung tâm của các kế hoạch marketing nữa mà chính là các đối tượng tiềm năng và khách hàng. Chúng ta đã sẵn sàng lật đổ những gì truyền thống và làm một cuộc cách mạng vì khách hàng của mình chưa? Dù đã sẵn sàng hay chưa thì chúng ta cũng nên tìm hiểu về những ý tưởng có khả năng lây nhiễm này để có thể sẵn sàng vượt qua và tồn tại với sự bùng nổ sắp đến trong thế giới kinh doanh.

Ai cũng có thể nói khách hàng là vua, là thượng đế, khách hàng là tất cả, nhưng đây là một ý thức không phải chỉ để nói suông mà phải được thể hiện một cách không chỉ là nghiêm túc mà còn phải luôn mới mẻ và sáng tạo trong mọi hoạt động của một công ty - từ marketing cho đến sản xuất, bán hàng!

Trong môi trường cạnh tranh khắc nghiệt ngày nay, chúng ta chỉ biết nói trân trọng không thôi là chưa đủ mà còn phải thể hiện lòng trân trọng đó bằng những hành động luôn mới mẻ, đầy tính sáng tạo và... tất cả những thể hiện này đều bắt đầu từ một ý tưởng đúng, phù hợp và hấp dẫn!

***

DẪN NHẬP

Làm marketing bằng cách quấy rối, đột nhập vào đời sống riêng tư của mọi người với Marketing Đại chúng (Mass) không còn thế mạnh về hiệu quả chi phí như trước đây nữa. thời nay không còn là thời mà chúng ta có thể cho chạy một hay vài quảng cáo trên báo, truyền hình, và rồi ngồi đó rung đùi chờ sự đáp ứng rộng rãi từ các đối tượng tiềm năng. Chi phí truyền thông ngày nay trở thành một gánh nặng nguy hiểm khi chúng ta buộc phải cho đăng hay phát không chỉ 5 hay 10 mà là một vài chục kỳ liên tiếp mới mong nhận được sự đáp ứng từ một số (có thể chỉ nhỏ nhoi) đối tượng tiềm năng. Chúng ta khó lòng còn có thể chịu đựng nổi chi phí để truyền thông một thông điệp marketing đạt đến một số người rộng lớn với hy vọng họ sẽ chú ý, chấp nhận và tìm mua sản phẩm, dịch vụ mà chúng ta giới thiệu.

Thế giới marketing tương lai thuộc về những người làm marketing có khả năng tạo thành một ý tưởng có tính lây nhiễm và thiết lập được một cơ sở với một hệ thống giao tiếp cho những người hứng thú với thông điệp marketing được truyền thông của mình có thể từ đó tạo thành những câu chuyện của riêng họ và rồi hào hứng nói về những thích thú, những tiện ích, họ đã nhận hay có thể nhận được từ sản phẩm và thông điệp marketing đó với những người quen biết của họ. Chỉ giới thiệu ý tưởng và khởi động hệ thống giao tiếp và rồi tránh sang một bên cho các đối tượng tiềm năng nói chuyện, tranh luận với nhau, kể cho nhau nghe câu chuyện mà họ tin tưởng và hào hứng lan truyền. Nhân vật chính trong câu chuyện đó là những tiện ích, là sản phẩm, là thương hiệu và đặc biệt là ý tưởng marketing của chúng ta.

Nếu chúng ta muốn tìm những ý tưởng mới mẻ, bất ngờ, chúng ta sẽ khó có thể tìm thấy ở những cuốn sách marketing hiện có, hầu hết chỉ nói về những gì đã xảy ra. Những kiến thức chúng ta cần biết để có được một bệ phóng cho mình và sáng tạo nên những ý tưởng marketing mới mẻ phù hợp với sản phẩm, dịch vụ và thương hiệu của mình cũng như với thời đại, với môi trường mà sản phẩm, thương hiệu của mình đang hay sẽ sống trong đó. Marketing Du kích (Guerrilla), Marketing Một đối một (One to one), Marketing Đồng tình (Permission) hay Marketing Câu chuyện (Storyteller) - tất cả đều không phải những ý tưởng marketing mới mẻ nhưng tất cả là những cấu trúc ý tưởng căn bản để chúng ta có thể hình dung phải làm sao để có thể marketing sản phẩm, dịch vụ hay thương hiệu của mình tốt hơn. Cuốn sách này chỉ là một công cụ hỗ trợ cho chúng ta hiểu rộng hơn về Marketing Truyền thống một thời dưới hình thức một ý tưởng có khả năng lây nhiễm để có thể từ đó phát động một thứ hoàn toàn mới mẻ của chính mình. Nếu có gì thực sự mới mẻ ở đây thì đó là những câu chuyện mà chúng ta sẽ tự kể cho mình về các ý tưởng marketing mà chúng ta sẽ dùng để truyền đạt câu chuyện với các đối tượng tiềm năng của mình. Cuốn sách này cũng thế, tuy có gợi ý với chúng ta một số ý tưởng mới để ứng dụng marketing phù hợp hơn với thời đại nhưng tất cả vẫn tùy thuộc vào chúng ta và những nỗ lực sáng tạo của mình. Tất cả chỉ là lý thuyết và chúng ta cần phải thực hành để tạo thành sức mạnh cho các chương trình marketing của mình.

Marketing Đồng tình (Permission), Marketing Cảm xúc (Emotional), Marketing Du kích (Guerrilla), Marketing Trực tiếp (Direct), hay ngay cả Marketing Ý tưởng lây nhiễm (Ideavirus), tất cả cũng vẫn chỉ là những lý thuyết marketing khô khan, nằm chết cứng trên những trang sách, trên bảng đen, nếu không được trực tiếp ứng dụng trong thực tế của thị trường. Chỉ trong hoạt động, marketing mới có thể phô diễn được hết sức mạnh thực sự và cùng lúc có được khả năng làm lộ diện những thiếu sót, sai lầm, đã hay đang hình thành chỉ vì sự ngạo nghễ hay vị kỷ mà những người làm marketing thường vì sự thúc ép của thời gian, chi phí, mà vướng mắc. Một sai lầm dù có nhỏ thế nào cũng có thể tác hại và sẽ chẳng có một câu chuyện hay ý tưởng nào có thể thực sự được hình thành, đem lại lợi ích cho cả người bán lẫn người mua.

Có nhiều khi, nhiều người làm marketing phạm phải những sai lầm hết sức đáng buồn vì lầm tưởng marketing là tất cả những gì họ đã làm, đã học. với những kiến thức marketing thu thập được ở trường lớp và những kinh nghiệm làm việc thực tế ở đâu đó, những người làm marketing đơn giản này vội vã cho rằng đó là tất cả những gì marketing có thể phô bày. Marketing không chỉ đơn giản là quảng cáo, là các loại hoạt động hỗ trợ bán hàng, tài trợ cho sự kiện, tổ chức các chương trình khuyến mãi... có không ít những người làm markeitng đã bỏ công ra ngồi viết những tờ thông cáo báo chí rồi gởi đi với hy vọng (mong manh) là những gì họ muốn sẽ được báo chí đăng tải! Những người này dồn tiền ngân sách vào quảng cáo với niềm tin là các đối tượng tiềm năng sẽ ồ ạt kéo đến sau khi nghe hay nhìn thấy quảng cáo trên các phương tiện truyền thông. Họ sáng tạo ra đủ các loại tờ rơi, tờ rời, tờ bướm, tờ bay... tờ lượn, rồi cho người đi vung vải ở mọi nơi có đông người qua lại với niềm tin là một khi có thật nhiều người biết đến mình, người ta sẽ tìm đến và mua những gì mình bán!

Đáng tiếc là thị trường ngày nay không hề diễn biến quá thuận lợi như thế. Các đối tượng tiềm năng được các chương trình marketing nhắm đến không chỉ biết có một hay vài thương hiệu về một loại sản phẩm hay dịch vụ mà là hàng trăm, hàng ngàn các thương hiệu với những tiện ích tương tự như nhau. Không có gì thực sự khác biệt, thực sự vượt trội và kết quả là... thất bại mà không thể biết được vì sao mình đã thất bại?

Hàng ngày chúng ta vẫn phải chứng kiến trên các ngã đường ở các thành phố lớn như Sài Gòn, Hà Nội, Đà Nẵng, Cần Thơ... các tiếp thị viên đi phát vung vãi những tờ rơi từ trắng đen đơn điệu cho đến in màu lòe loẹt... chỉ để rồi những tờ rơi đủ loại đó được thả bay theo gió và góp phần làm giàu thêm cho các loại chất thải! Hiện đại hơn, cao cấp hơn, những người làm marketing thừa tiền lắm bạc đã sáng tạo (hay chế tạo) nên các loại sự kiện làm cho người tiêu dùng phải sững sờ vì kinh ngạc khi chứng kiến các cô gái tươi trẻ với đồng phục cực kỳ hấp dẫn tung tăng khắp nơi, trên xe hay dưới phố để cổ động cho các chương trình kiểu "mua chỉ một lần, sử dụng mãi mãi"... Tất cả những gì mà những người làm marketing này đã làm là hoàn toàn đúng với các lý thuyết và công thức marketing mà họ đã thu thập được nhưng chỉ thiếu có một điều – thực tế thị trường, thực tế trong nhận thức, trong câu chuyện mà người tiêu dùng tự hình thành trong suy nghĩ của mình! Thực trạng này đã chi phối và tác động tạo nên những con số âm đáng sợ trong kết toán của các công ty đua theo quảng cáo với ý nghĩ sai lầm rằng đó là tất cả những gì của marketing.

Marketing không hề là một công thức kiểu 2 + 2 = 4 mà phải là một thứ buộc phải luôn mới mẻ để có thể tác động đến nhận thức của người tiêu dùng và tạo thành những sức mạnh cộng lực phi công thức kiểu 2 + 2 = 5 hay ngay cả bằng mười, bằng trăm khi những gợi ý chúng ta tạo thành một câu chuyện và rồi là một trận dịch trong nhận thức của số đông!

Năm 1997, công ty Hóa phẩm lớn nhất thế giới Unilever đưa loại nước rửa chén Sunlight danh tiếng của họ vào thị trường Việt Nam. Những thành công rực rỡ trước đó với bột giặt OMO, dầu gội Sunsilk và Clear, xà bông Lux và Lifebuoy... đã khiến ban lãnh đạo cao cấp của Unilever lúc đó hoàn toàn tin tưởng vào thành công chắc chắn của loại nước rửa chén đã từng thành công lớn ở hầu như mọi nơi trên thế giới của mình.

Họ hầu như đem nguyên vẹn chương trình marketing đã từng chứng tỏ hiệu quả ở các nước trong khu vực ứng dụng vào thị trường Việt Nam. Nhưng… marketing không hề là một công thức khô khan, chết cứng, thụ động mà là một thực thể sống, luôn phát triển cùng với môi trường, với con người mà nó hoạt động trong đó. Cuộc giới thiệu đó đã trở thành một thất bại đắng cay mà ban lãnh đạo Lever Việt Nam không thể nào ngờ là họ phải lãnh nhận.

Trong thời gian hơn mười năm trước đó, hầu hết các bà nội trợ Việt Nam đã quá quen thuộc với một thương hiệu nước rửa chén nội địa, Mỹ Hảo.Vì quá tin vào thành công tưởng như đã quá rõ ràng, Unilever đã không cần biết đến những thực tế đang hiện hữu trên thị trường và đưa loại nước rửa chén Sunlight vào thị trường với mẫu mã, bao bì vẫn có từ trước đó - một loại chai nhựa màu vàng chữ xanh tương tự như chai nước rửa chén Mỹ Hảo. Giá bán cao gấp hai và không có được một điểm khác biệt nào rõ ràng đã làm cho loại nước rửa chén Sunlight cao cấp hơn này không thể nào giành lấy được phần bánh hầu như đã thuộc về Mỹ Hảo từ bao năm qua.

Thất bại này đã làm cho ban lãnh đạo Lever Việt Nam mở mắt. Sau khi đã nuốt xong chén đắng, công việc kích hoạt thương hiệu được giao lại cho nhóm marketing người Việt đảm nhận. Sau một thời gian nỗ lực với các công tác nghiên cứu thăm dò, cuối cùng nhóm người Việt làm marketing cũng phát hiện được một yếu tố nhận thức khác biệt và đã nỗ lực chuyển phát hiện này thành một lợi khí cạnh tranh và một đề nghị bán độc quyền (USP – unique selling proposition) đúng nghĩa độc quyền.

Không giống như các loại dầu gội và xà bông nổi tiếng của Unilever trước đó, nước rửa chén trong nhận thức của các bà nội trợ Việt Nam chỉ đơn giản là một loại sản phẩm thay thế cho xà bông rẻ tiền. Chính vì vậy mà trong mắt người tiêu dùng, Sunlight cao cấp cũng chỉ là một loại nước rửa chén bình thường không có gì khác biệt đáng phải quan tâm.

Nhận ra yếu tố tâm lý này và xác định nhu cầu tiềm ẩn của đại đa số phụ nữ Việt Nam, nhóm làm Marketing trên đã hình thành ý tưởng - để vượt qua được nhận thức phổ thông này về giá trị sản phẩm nước rửa chén, Sunlight buộc phải là một loại nước rửa chén có khả năng chăm sóc thân thể tương tự như các sản phẩm khác của Unilever đã được người tiêu dùng Việt Nam chấp nhận và tin tưởng. Sau một thời gian nỗ lực làm việc nữa với bộ phận sản xuất và công ty quảng cáo, loại nước rửa chén Sunlight với vitamin E được tung ra thị trường và trở thành loại nước rửa chén đầu tiên với khả năng bảo vệ và chăm sóc da tay cho quý bà, quý cô, có mặt trên thị trường.

Nhận thức về giá trị của các bà nội trợ Việt Nam hoàn toàn thay đổi, Sunlight không còn chỉ là một sản phẩm vệ sinh mà còn là một sản phẩm dưỡng da và chăm sóc cho đôi tay của họ. Mọi việc hoàn toàn thay đổi, chẳng bao lâu sau, Sunlight giành lấy vị trí lãnh đạo của thị trường.

Sáng tạo trong marketing không phải là tạo thành một tiếng vang nhất thời, không âm hưởng, rồi sẽ mất dạng trong thực tế của thị trường và phải trả giá bằng những con số kết toán âm đáng sợ. Sáng tạo trong marketing phải là tạo thành một ý tưởng, một tác động có khả năng thay đổi nhận thức của các đối tượng tiềm năng và cuối cùng đem lại một con số kết toán đầy phấn khởi cho nhiều năm sau đó.

Không phải quảng cáo đã tạo nên thành công của Sunlight ở thị trường Việt Nam, điểm quyết định ở đây chính là ý tưởng nhóm làm marketing người Việt đã hình thành rồi từ đó tạo thành một đề nghị bán độc quyền đáp ứng cho một nhu cầu tiềm ẩn (marketing insight – nhu cầu người tiêu dùng chưa nhận thức là mình cần đến) mà hầu hết phụ nữ Việt Nam vào lúc đó bất ngờ nhận ra là mình cần đến.

Để phân định hay sáng tạo nên một nhu cầu tiềm ẩn và rồi từ đó tạo thành một đề nghị bán độc quyền đáng giá, những người làm marketing ngày nay cần phải thấu hiểu và xác định – không có được một ý tưởng đúng và đáng giá, một chương trình marketing dù có hào nhoáng đến đâu rồi cũng sẽ đi đến chỗ phá sản.

Để phát triển và sáng tạo nên những ý tưởng marketing phù hợp, đáng giá và được số đông chấp nhận, thích thú, lan truyền, chúng ta sẽ tìm thấy ở đây những câu trả lời cho vấn đề này.

- Marketing là một môn khoa học tính toán hay là một nghệ thuật sáng tạo vì con người?

- Dịch vụ hậu mãi là quan trọng, vậy dịch vụ "tiền mãi" là gì? Có quan trọng?

- Tại sao phát động một cuộc kinh doanh với hàng tỷ đồng quảng cáo lại là hoang phí trong thời đại Internet?

- Có phải những công ty lãnh đạo thị trường ngày nay dễ tổn thương hơn trước những thành công bất ngờ của các đối thủ có tầm mức nhỏ hơn nhiều lần?

- Có phải Internet đã tạo thành một động lực làm thay đổi cách thức marketing ngày nay?

- Làm sao để hình thành và sử dụng ý tưởng lây nhiễm và câu chuyện marketing để giành được thắng lợi?

- Có phải với người tiêu dùng ngày nay, những cái muốn là quan trọng hơn những cái cần?

- Marketing hiệu quả có phải là gợi ý cho đối tượng tiềm năng một câu chuyện mà họ sẽ thích thú kể lại cho những người khác?

- Không gợi ý được câu chuyện sẽ không thể marketing hiệu quả?

- Câu chuyện về thương hiệu, sản phẩm hay dịch vụ nên như thế nào và sẽ được lây lan ra sao?

Những thắc mắc này sẽ được nói đến trong các chương sắp tới.

***

Ý TƯỞNG MARKETING

Nghệ thuật hay khoa học?

Tất cả chúng ta, những người làm marketing cũng như những đối tượng của các chương trình marketing, đã nhận thức – bản chất của marketing vốn vẫn luôn thay đổi và phát triển cùng với thời gian, với môi trường, với sự kiện. Một chiến dịch marketing đã từng thành công rực rỡ ở Mỹ, ở Châu Âu, không chắc sẽ gặt hái những kết quả như ý muốn ở thị trường Việt Nam hay ở đâu đó khác và ngược lại. thành công marketing ở nơi này, trong thời gian này, không có nghĩa là sẽ tiếp tục thành công ở một nơi khác, vào một lúc khác!

Nếu marketing thực sự là khoa học, điều này không thể xảy ra! Việc một chiến dịch marketing đã chứng tỏ hiệu quả ở một nơi lại mất đi sức mạnh thuyết phục của nó ở một nơi khác chứng tỏ một điều: Marketing là một thực thể cùng sống và phát triển với môi trường, nơi marketing được thể hiện. Bởi vậy, marketing phải là một khoa học mang tính nghệ thuật vì con người.

Nếu chúng ta, người làm marketing, thờ ơ với một bài thơ hay một ca khúc đang thịnh hành – có lẽ ta chỉ là một người làm marketing thiếu cảm xúc! Chúng ta có thể thành công với khoa học marketing của mình nhưng thành công đó không dung chứa được hơi thở và sức sống của xã hội mà nó đang tồn tại và phát triển trong đó – thành công đó rồi sẽ nhanh chóng tàn đi cùng với sự phát triển và những thay đổi của thị trường.

Một người làm marketing phải cẩn trọng bước đi cùng với khoa học để có thể tìm hiểu và lượng định đúng những gì đang tồn tại, đang phát triển trên thị trường - nhưng chúng ta cũng cần phải cảm nhận và dự kiến được hơi thở của cuộc sống, của xã hội, để có thể sáng tạo nên những ý tưởng và tiến hành những chiến dịch marketing sẽ sống và cùng phát triển với con người, với những gì sẽ tồn tại, sẽ phát triển trên chốn thị trường.

Mùa Xuân đến, chúng ta cần phải có những chương trình marketing phù hợp với sức sống sôi động của mùa Xuân nhưng vẫn dung chứa được hơi thở và cuộc sống của những mùa sau. Mùa mưa đến, chúng ta cần phải có những chương trình marketing nồng ấm, phù hợp với không khí tươi mát của mùa mưa những vẫn sẵn sàng trở dậy cùng với những dự cảm mát dịu trong mùa nắng nóng.

Chúng ta không chỉ cần nghiêm túc một cách khoa học để lượng định chính xác những gì đang diễn tiến trên thị trường, chúng ta còn cần đến một tâm hồn nhạy cảm để có thể cảm nhận được những gì đang hiện diện, đang sống động, phát triển rồi sẽ còn đó mãi trong tâm tưởng của nhóm đối tượng tiềm năng và trao cho những người này những thông điệp mà họ muốn nghe, muốn cảm nhận và thích thú được lan truyền đi thông điệp mà họ đã nhận được. Khi họ đã hài lòng với chúng ta trong mùa Xuân, đối tượng tiềm năng sẽ sẵn sàng đón nhận chúng ta trong mùa Hè kế đó.

Trước khi là một người làm marketing, chúng ta vẫn là một con người với đầy đủ xúc cảm và tình yêu như mọi con người khác. Chúng ta cần phải mở rộng mọi giới hạn cảm xúc của mình để có thể hít thở cùng với hơi thở của xã hội, của thời đại.

Để có thể hít thở cùng với hơi thở của xã hội, chúng ta cần phải biết rung động trước những gì mà các đối tượng tiềm năng của mình đang rung động, trân trọng cảm thông.

Hãy viết nên những vần thơ marketing chứ đừng tạo thành hay nói theo những công thức Marketing đã khô cứng trong mùa Đông rồi không thể thức giấc để cùng chào đón một mùa Xuân mới. Đừng nói theo những trường hợp học tập đã quắt queo trong nắng Hạ mà không thể nẩy mầm cùng với những cơn mưa Thu. Hãy tạo nên những chương trình marketing có cùng một hơi thở với những con người, trong một môi trường tươi mới, sống động, mà chúng ta cũng như chiến dịch marketing của mình đang là một phần trong đó.

Chúng ta, những người làm marketing của thời đại mới, những doanh nhân của thiên niên kỷ mới, hãy để cho ý tưởng của mình bùng lên cùng với ngọn lửa nồng ấm của mùa Xuân, lan tỏa đi cùng những cơn mưa Thu, và tạo thành những ý tưởng chủ đạo, những bản giới thiệu, những kế hoạch, những chiến dịch marketing, những chủ đề quảng cáo, có thể rung động và lớn dậy cùng với thời gian, cùng với con người.

Hãy tạo thành những chiến dịch marketing mang theo hơi thở của mùa Xuân làm rung động lòng người, những chiến dịch tươi mát như mùa thu, nồng nàn như mùa Hạ, và thanh khiết như mùa Đông, những chiến dịch vì con người và chỉ vì con người mà thôi. Hãy quên đi bản thân và công việc kinh doanh của mình, hãy chỉ nghĩ đến và nghĩ vì người tiêu dùng trước hết để tạo thành những chương trình marketing thực sự định hướng vào người tiêu dùng. Hãy nghĩ đến các nhóm đối tượng tiềm năng và những con người ở quanh ta và rung động với cùng những cảm xúc, hít vào với cùng một hơi thở và nói về những gì mà các nhóm đối tượng tiềm năng của chúng ta phải lắng nghe, thích thú mà lắng nghe rồi lan truyền đi rộng rãi đến những người thân sơ quanh họ.

Từ trước tới nay, những người kinh doanh vẫn thường chú trọng đến lượng khách hàng căn bản của mình và tập trung vào việc phục vụ những khách hàng đó với đủ các loại dịch vụ hậu mãi mà không mấy chú trọng đến việc chăm lo phục vụ cho các nhóm đối tượng tiềm năng - những người không chắc đã trở thành khách hàng của thương hiệu. Chúng ta, ý thức hay vô tình, vẫn làm như vậy với niềm tin vào lợi nhuận to lớn có thể đạt được từ một khách hàng trung thành và nỗ lực cung cấp dịch vụ để lưu giữ những con người đáng giá này.

Marketing là một tiến trình có tính chu kỳ, bắt đầu từ việc xây dựng nhận thức thương hiệu trong tâm trí của các đối tượng tiềm năng và tạm gọi là kết thúc với các chương trình dịch vụ hậu mãi trước khi bắt đầu lại một chu kỳ mới với những đổi thay phù hợp với diễn tiến của thị trường. Các chu kỳ này cứ thế tiếp diễn.

Để bắt đầu một tiến trình marketing, người làm marketing ngày nay xây dựng và tạo thành một hệ thống nhận diện thương hiệu (corporate brand identity system) và bắt đầu tiến trình marketing "quấy rối" người tiêu dùng với vô số những phương cách sáng tạo có thể nghĩ ra từ quảng cáo truyền thông cho đến tạo thành những sự kiện bình thường hay ngay cả phi thường (!) chỉ nhằm mục đích hình thành một nhận thức thương hiệu trong tâm trí của người tiêu dùng. Những người làm marketing ngày nay nỗ lực bằng mọi cách để trương ra trước mắt người tiêu dùng các hệ thống nhận diện, các thông điệp marketing hay bán hàng của mình bất kể những người này có muốn nhìn, nghe, thấy hay đang bận rộn! Điều đáng nói là trong tâm trí người tiêu dùng ngày nay không chỉ dung chứa 10 hay 20 thương hiệu về các sản phẩm khác nhau mà là hàng trăm, hàng ngàn những thương hiệu sản phẩm tương tự như nhau. Nhận thức thương hiệu không thôi là chưa đủ để thúc đẩy người tiêu dùng ngày nay quyết định chọn mua một thương hiệu nào đó khi cần đến. Họ vẫn thích thú, tin tưởng vào một thương hiệu nhưng khi quyết định mua - họ hoàn toàn có thể chọn mua một thương hiệu khác vì nhiều lý do.

Một người tiêu dùng, từ mấy chục năm qua, vẫn chỉ sử có một thương hiệu Sony cho các loại máy móc điện tử của mình nay bỗng chuyển sang chọn mua một TV thương hiệu LG không còn là bất ngờ nữa. Nhận thức thương hiệu về Sony của người này vẫn còn đó nhưng anh hay cô quyết định chọn mua thương hiệu LG vì những tiện ích, chương trình khuyến mãi hay dịch vụ hậu mãi mà anh hay cô này không nhận được từ thương hiệu Sony quen thuộc của mình. Ngày hôm nay, anh hay cô, có thể quyết định chọn mua LG nhưng có thể sau này sẽ lại quyết định chọn mua một dàn âm thanh của một thương hiệu hoàn toàn mới trong hệ thống nhận thức thương hiệu của mình. Lòng trung thành thương hiệu dường như không còn chỗ đứng? Phải vậy chăng?

Một người tiêu dùng từ hơn chục năm qua vẫn sử dụng dụng mạng điện thoại di động X và đến nay vẫn dùng dịch vụ của nhà cung cấp này cho dù có phải chịu nhiều thiệt thòi vì lòng trung thành đó của mình. Lý do nào khiến cho người này phải chấp nhận chịu thiệt thòi trong lúc những nhà cung cấp dịch vụ di động khác với những tiện ích đa dạng hơn vẫn không ngừng tung ra các chương trình khuyến mãi lớn?

Nếu một trong những nhà cung cấp dịch vụ truyền thông khác có thể cung cấp lại cho người thuê bao số điện thoại của người này vẫn sử dụng cộng thêm với những tiện ích, chương trình khuyến mãi và dịch vụ hậu mãi mới, điều gì sẽ xảy ra? Đặt ra câu hỏi là gần như câu trả lời đã tự động thành hình. Có thể chính những hạn chế công nghệ đã giúp cho một số người kinh doanh lầm tưởng và ngủ quên trong những tháp ngà không thật của họ. Cuối cùng, chỉ có người tiêu dùng là phải chịu thiệt thòi và… những người làm marketing phải mơ hồ, lẫn lộn giữa những vòng xoáy hỗn độn của thị trương ngày nay khi các chương trình marketing đầy sáng tạo đã tạo thành nhận thức mạnh nhưng lại không giúp họ thu được những kết quả lợi nhuận như ý.

Năm 2006, những người làm marketing của S-Fone đã thực sự dâng tặng cho khách hàng của họ một món quà đầy ý nghĩa khi bỏ ra hơn nửa triệu USD để mời hoàng tử Pop Châu Á, Bi Rain, sang biểu diễn trong một sự kiện được quảng bá là chỉ dành cho những người sử dụng dịch vụ S-Fone. Đúng là một món quà đáng giá nhưng... có đạt được những mục tiêu Marketing của S-Fone hay không thì còn phải xét lại. Nếu mục tiêu chỉ là xây dựng hay củng cố nhận thức thương hiệu thì chắc chắn S-Fone đã thành công bất kể kể đến kết quả lợi nhuận ra sao! Nhưng nếu mục tiêu của họ là giành thêm những thuê bao mới như xu hướng marketing của những nhà cung cấp dịch vụ truyền thông lúc đó ở Việt Nam thì sao? Với một chương trình quá mức hoành tráng như vậy mà S-Fone không đạt được những mục tiêu mong muốn của mình thì thật đáng buồn không chỉ cho họ mà thật ra là cho cả giới marketing nói chung khi tất cả cùng bị cuốn vào một vũng xoáy hỗn độn hơn nữa của môi trường marketing hiện đại.

Ví dụ trên là một trong những lý do khiến cho những người làm marketing ngày nay cần phải tìm đến với những ý thức marketing mới mẻ và trong sáng hơn, thực sự định hướng vào người tiêu dùng hơn nữa tương tự như ý thức Marketing Đồng tình, Marketing Câu chuyện mang Ý tưởng Lây nhiễm hay khái niệm "tiền mãi" sẽ được giới thiệu trong những trang tới.

Với khái niệm này, người làm Marketing không chỉ tìm kiếm sự đồng tình của người tiêu dùng để marketing sản phẩm của mình mà còn hơn nữa là sự đồng tình để tìm hiểu những tiện ích mà thương hiệu có thể cung cấp cho các đối tượng tiềm năng của mình ngay từ trước khi những người này thực sự mua một sản phẩm. Một khái niệm marketing hoàn toàn mới.

Dịch vụ tiền mãi

Từ lâu lắm rồi, những người làm marketing hầu như chỉ dùng quảng cáo và các hình thức khuyến mãi nhằm mục đích nhắc nhở người tiêu dùng để củng cố nhận thức thương hiệu và lôi kéo khách hàng mới. Mọi người làm marketing đều nghĩ một cách giáo điều rằng khi nhận thức thương hiệu hình thành trong tâm trí các đối tượng tiềm năng, những người này sẽ mua sản phẩm của thương hiệu đó khi nhu cầu nảy sinh! Thực tế thị trường ngày nay đã cho thấy, không hẳn như vậy! Khi nhu cầu hình thành, hầu như phần lớn người tiêu dùng sẽ tìm mua sản phẩm của thương hiệu nào mang lại lợi ích trước mắt rõ ràng nhất. Sản phẩm ngày nay, nói chung, đều đạt được một mức độ chất lượng tương tự như nhau. Người tiêu dùng nào cũng có những thương hiệu con cưng trong đầu nhưng khi nhu cầu nảy sinh họ lại quyết định mua một thương hiệu nào đó đem lại cho họ lợi ích trước mắt rõ ràng nhất. Chính vì vậy mà hầu hết các sản phẩm ngày nay đều được bán kèm theo quà tặng hay sản phẩm khuyến mãi dưới nhiều hình thức và những giá trị cộng thêm này lại hầu như là tác động chính thúc đẩy một người tiêu dùng chọn lấy một thương hiệu!

Lý do này là một trong những lý do khiến cho chi phí để lôi kéo được một khách hàng mới tăng cao và làm cho hầu hết những người làm marketing ngày nay tin rằng chi phí để lưu giữ khách hàng cũ là ít tốn kém và hiệu quả hơn. Hoàn toàn đúng, nhưng với chỉ một số khách hàng không cần nghĩ tới những lợi ích ngắn hạn từ sản phẩm khuyến mãi hay giảm giá - và con số những người này, đáng buồn thay, là rất nhỏ so với số đông còn lại. Một cái hộp quẹt Zippo với giá trị bảo hành mãi mãi không còn là một lợi khí cạnh tranh đáng kể nữa trước vô số các loại hộp quẹt thời trang giá rẻ! Một chiếc xe hơi sang trọng với dịch vụ hậu mãi hoàn hảo không còn là chọn lựa tối ưu của những người giàu có nữa khi còn đó biết bao nhiêu loại xe có vẻ ngoài hiện đại và đẹp mắt hơn với giá bán rẻ hơn nhiều! Cuộc sống hiện đại đã dạy cho con người ta những cách suy nghĩ tiêu dùng khác hẳn năm, mười, hay vài chục năm trước đây. Một cái hộp quẹt Zippo hay một chiếc Mercedes có thể dùng tốt hàng chục năm không còn được ưa chuộng bằng những cái hộp quẹt, những chiếc xe hào nhoáng và rẻ tiền hơn có thể thay đổi trong từng quãng thời gian ngắn một. Đương nhiên, vẫn còn đó những người sẵn sàng chấp nhận bỏ ra gấp năm, mười lần, người khác để được sở hữu một sản phẩm sang trọng, danh tiếng, mà số đông chỉ dám ngước nhìn một cách ngưỡng vọng. Chỉ đáng tiếc là số lượng những người ưa chuộng những thứ sang trọng, đắt tiền và bền bỉ đó chỉ là một con số quá nhỏ nhoi.

Khuyến mãi, giảm giá, tặng phẩm… tất cả chỉ là các hình thức dịch vụ hậu mãi, các đối tượng tiềm năng phải mua mới nhận được và hầu như 90% số người mua này chỉ là những khách hàng nhất thời của thương hiệu. Nói chính xác hơn, phần lớn những khách hàng nhất thời này lại là những khách hàng có thể gọi là trung thành của thương hiệu này nhưng họ chỉ chờ cho đến khi có khuyến mãi mới bỏ tiền ra mua để nhận được những tiện ích kèm theo sản phẩm. Có nhận thức thương hiệu đó nhưng họ không vì nhận thức đó mà trung thành với thương hiệu. Họ đã mua chỉ vì những lợi ích cộng thêm nhận được chứ không vì thích thú hay ngưỡng mộ. Và cứ thế, cuộc chiến khuyến mãi của các thương hiệu… càng lúc càng nóng, càng tốn phí hơn!

Khi các cuộc chiến khuyến mãi bùng nổ, người tiêu dùng rồi sẽ nhận ra là hầu như tất cả các công ty đều đã bán hàng với giá quá cao và chỉ chăm chú đến lợi nhuận chứ không phải phục vụ. Niềm tin bị xói mòn sẽ tác động đến lòng trung thành đối với thương hiệu. Những khách hàng trung thành sẽ cảm thấy bị phản bội khi thương hiệu mà họ tin dùng càng lúc càng có nhiều hình thức khuyến mãi đắt giá hơn để lôi kéo những khách hàng không hề có lòng trung thành như họ. Kết quả thế nào không cần phải nói thêm. Những khách hàng trung thành nhất rồi cũng sẽ có lúc chọn mua một thương hiệu đối thủ chỉ vì những lợi ích trước mắt sẽ nhận được.

Trên thực tế, hầu như mọi chương trình khuyến mãi đều không mang lại lợi ích thực sự cho thương hiệu. Có chăng chỉ là những mục tiêu trước mắt mà không một thương hiệu nào muốn phải đối mặt. Những mục tiêu buộc phải hoàn tất do những thất bại trước đó để lại như:

- Dọn kho (cho sản phẩm đi)
- Hoàn tất mục tiêu mãi lực (như một chi phí)
- Chặn đứng việc mất không gian bày hàng (cho đến khi có nguy cơ mới)
- Giành thêm không gian bày hàng (ngắn hạn)
- Thỏa mãn mục tiêu thương mãi (ngắn hạn)
- Theo kịp sự cạnh tranh (họ vừa mới làm tuần rồi)
- Có một việc để làm (khỏi phải tìm đến công ty quảng cáo)

Những nghiên cứu thăm dò trên thế giới cho thấy, mãi lực chỉ tạm thời tăng và rồi nhanh chóng trở lại bình thường như trước khi có chương trình khuyến mãi. Các hoạt động khuyến mãi chỉ hiện hữu và dường như hiệu quả khi đang tồn tại. Thực tế này đã được xác nhận qua những nghiên cứu thăm dò nghiêm túc và có hệ thống. Dù đã biết nhưng Hội đồng Quản trị các công ty vẫn hy vọng các chương trình này sẽ đem lại nhận thức thương hiệu họ cần có và sau đó nhận thức này sẽ tạo thành mãi lực!

Hy vọng đó của các Hội đồng Quản trị này vẫn mãi chỉ là hy vọng bởi một sản phẩm có kèm theo các hoạt động hỗ trợ như khuyến mãi thường chỉ được mua bởi những khách hàng lâu năm của thương hiệu đó. Những người này đã muốn mua nhưng chưa vì lý do nào đó và bây giờ họ mua vì có những tiện ích cộng thêm kèm theo! Các bằng chứng cho thấy, người ta hiếm khi mua một sản phẩm lạ chỉ vì được giảm giá hay khuyến mãi dưới bất cứ hình thức nào. Họ chỉ mua vì không phải chi phí nhiều như họ thường phải trả khi một thương hiệu quen thuộc phát động các chương trình khuyến mãi hay giảm giá ngắn hạn.

Đó là lý do các chương trình khuyến mãi không hình thành tác động mãi lực sau đó. Các hoạt động hỗ trợ giá không mấy khi lôi kéo được khách hàng mới và nếu có thì cũng chỉ là những khách hàng tạm thời, những người đã mua vì giá rẻ!

Mối nguy cơ tiềm ẩn khi các thương hiệu lạm dụng khuyến mãi là rõ ràng, để có được mãi lực nhất thời họ cũng sẽ chỉ có được những khách hàng nhất thời! Điều nguy hiểm là khả năng sói mòn niềm tn thương hiệu sẽ xảy ra nếu không cẩn trọng khi thực hiện các chương trình khuyến mãi hay hỗ trợ bán hàng.

Với khái niệm dịch vụ tiền mãi, mọi việc sẽ thay đổi và nếu triển khai tốt, chắc chắn sẽ tạo thành một bước đột phá làm cho hình ảnh thương hiệu của chúng ta khác biệt so với số đông. Đây là một ý tưởng marketing hoàn toàn mới, chưa có tiền lệ để có các trường hợp dẫn chứng để giới thiệu nhưng dù sao đó cũng là một khái niệm đã được các thương hiệu công nghệ ứng dụng nhiều cách khác nhau. Ví dụ gần nhất là phần mềm chống lây nhiễm vi rút Avira được phân phối miễn phí trên Internet. Ai cũng có thể dễ dàng lên mạng và tải về một phiên bản BKAV, Avira… miễn phí. Các phiên bản miễn phí thường là các phiên bản cá nhân với chức năng hạn chế. Để có thể tạm gọi là yên tâm, không còn e ngại lây nhiễm vi rút máy tính, chúng ta phải bỏ tiền ra mua các phiên bản kinh doanh (business edition) với chức năng rộng hơn và khả năng chống lây nhiễm tốt hơn.

Điều quan trọng là ý tưởng, chúng ta hãy suy nghĩ, chúng ta có thể có những dịch vụ miễn phí nào để trao cho các đối tượng tiềm năng ngay từ trước khi họ mua dịch vụ hay sản phẩm từ chúng ta? Cung cấp rộng rãi các thông tin liên quan đến sản phẩm, dịch vụ, của mình một cách chi tiết, rõ ràng, và ai cũng có thể nhận được một cách thật dễ dàng? Một buổi tiệc trà để giới thiệu sản phẩm với các đối tượng tiềm năng đăng ký tham dự? Một sân chơi miễn phí mở rộng cho mọi đối tượng? Một diễn đàn trên mạng? Một số điện thoại miễn phí 24/24? Ý tưởng là không giới hạn, chúng ta chỉ cần nghĩ ra những gì phù hợp và hấp dẫn đối với các đối tượng tiềm năng của mình. Sau đây, xin giới thiệu một số ý tưởng để chúng ta cùng tham khảo.

Ý tưởng Marketing căn bản

Chúng ta không nên để tư tưởng "không có khả năng sáng tạo" làm hạn chế sự suy nghĩ của mình. Mọi người, ai cũng có một cái đầu, một bộ óc, để suy nghĩ và sáng tạo. Chúng ta chỉ cần cung cấp cho trí óc mình đủ thông tin cần thiết và sự sáng tạo sẽ tự động hình thành khi chúng ta nỗ lực suy nghĩ, tìm phương hướng mới cho kế hoạch marketing của mình. Thông tin cần thiết cho sự sáng tạo marketing đương nhiên là các thông số thị trường, nỗ lực cạnh tranh sản phẩm của các đối thủ cạnh tranh trực tiếp và gián tiếp, xu hướng phát triển của thị trường... nhưng để một sáng tạo thực sự là sáng tạo và có giá trị tác động đến các đối tượng tiềm năng mục tiêu, chúng ta cũng không nên nghĩ là chỉ những thông tin liên quan đến marketing hay kinh doanh mới có giá trị cho sự sáng tạo chúng ta đang theo đuổi.

Chắc chắn, ai cũng đã từng có lúc phải đi sửa xe và cũng không phải chỉ sửa với một người thợ nào đó. Ta thích người thợ nào nhất và nếu chúng ta chọn người đó thay vì người khác thì tại sao? Các ông thường đi uống bia với nhau và thường cũng có một vài quán quen thuộc thường cùng nhau kéo đến. Tại sao chúng ta chọn chỗ đó? Có những người chúng ta thích và, đương nhiên, cũng có những người tự nhiên chúng ta lại không ưa. Tại sao vậy? Vì sao chúng ta thích và vì sao chúng ta lại không ưa? Hãy suy nghĩ về những gì chúng ta đã gặp trong cuộc sống và cảm thấy đáng để suy nghĩ. Có thể những thứ đó chẳng hề liên quan gì đến chiến lược marketing mà chúng ta đang tìm kiếm nhưng... đó là những yếu tố mới lạ sẽ hỗ trợ cho tiềm thức của chúng ta hình thành những ý tưởng thực sự tươi mới.

Marketing có nghĩa là xây dựng, phát triển và triển khai những hoạt động nhằm tạo thành một ý thức tiêu dùng mang tính đáp ứng và thỏa mãn các nhu cầu đang hiện hữu hay vẫn còn tiềm ẩn của các nhóm đối tượng tiêu dùng. Ngày nay, với sự phát triển rộng khắp của công cụ giao tiếp Internet, chúng ta có trong tay một công cụ cực kỳ hữu hiệu để quan hệ với các đối tượng tiềm năng, để quảng bá, thu hút những khách hàng mới cũng như củng cố và lưu giữ những khách hàng đã có của mình. Trang web của chúng ta chính là môi trường, là công cụ, là cơ hội, để chúng ta có thể trao đi những lợi ích thiết thực và làm cho các đối tượng tiềm năng lưu ý đến sản phẩm, dịch vụ mà chúng ta cung cấp ngay từ trước khi họ có ý định mua sản phẩm, dịch vụ, từ chúng ta.

Đã có không ít các trang web cũng như các công ty thực hiện các chương trình trao đi một số lợi ích của sản phẩm, dịch vụ, hay ngay cả quà khuyến mãi cho các đối tượng tiềm năng ngay từ trước kkhi những người này thực sự mua hay sử dụng dịch vụ từ họ nhưng hầu hết vẫn không thực ý thức đó là một hình thức dịch vụ tiền mãi! Bởi vậy, cung cách trao đi lợi ích cho các đối tượng tiềm năng của họ vẫn chưa thể hiện được tính phục vụ tích cực với ý thức dịch vụ tiền mãi. Nếu chúng ta muốn lôi kéo được các đối tượng tiềm năng đến với sản phâm hay dịch vụ của mình vì thán phục hay thích thú với thương hiệu, chúng ta cần phải ý thức rõ ràng về hình thức dịch vụ tiền mãi này. Chúng ta sẵn sàng trao đi vì ý thực dịch vụ tiền mãi chứ không phải để khuyến dụ lôi kéo đối tượng tiềm năng chọn lấy sản phẩm hay dịch vụ mà chúng ta cung cấp.

Đây là một ý thức marketing khó thể chấp nhận đối với các ông chủ hay ban quản trị của các công ty bởi cách phục vụ này trước hết chỉ đem lại thiệt hại vật chất cho người phục vụ. Nếu chúng ta có toàn quyền quyết định, không có gì để nói, nhưng nếu chúng ta buộc phải có được sự đồng lòng từ một cấp quản lý cao hơn - chúng ta phải nêu rõ được những lợi ích mà sau nay công ty sẽ nhận được lâu dài một cách thật thuyết phục để giành được sự đồng lòng từ những người này. Chúng ta nên nhớ, chẳng có một thành công nào có thể đến một cách dễ dàng, càng khó khăn, chúng ta càng có khả năng thu về những lợi ích tương xứng với những khó khăn mà chúng ta đã phải phải vượt qua.

Bất cứ ai cũng đã hiểu được lợi ích của một doanh thiếp nhưng phần lớn vẫn chỉ xem đó là một công cụ liên hệ chứ hiếm ai cho rằng tấm doanh thiếp cũng là một công cụ quảng bá cho thương hiệu, sản phẩm, dịch vụ của mình. Với ý thức dịch vụ tiền mãi, tấm doanh thiếp của chúng ta trở thành một công cụ quảng bá cho những tiện ích miễn phí mà ai cũng có thể nhận được. Nếu chúng ta nghĩ, dịch vụ tiền mãi chỉ là một cách để quảng bá và xây dựng thương hiệu, chúng ta chưa thực hiểu ý thức mới này! Dịch vụ tiền mãi là một công cụ để biểu lộ một phong cách phục vụ đặc biệt dành cho các đối tượng tiềm năng và chúng ta hoàn toàn có thể tạo thành khả năng thể hiện phong cách phục vụ chỉ vì khách hàng của mình ngay trên tấm doanh thiếp của chúng ta.

Nếu chúng ta có thể dùng ngay tấm doanh thiếp nhỏ bé của mình như một công cụ quảng bá, chúng ta còn có thể sáng tạo ra nhiều hình thức quảng bá phong phú hơn nữa và chính điều này sẽ tạo thành sự khác biệt đặc thù cho thương hiệu của chúng ta so với các đối thủ cạnh tranh. Điều tạo thành sức mạnh thuyết phục đối với các đối tượng tiềm năng là những lợi ích hoàn toàn miễn phí dành cho họ. Chúng ta phải ghi nhớ điều này, một khi chúng ta đã làm các đối tượng tiềm năng hài lòng và thích thú lan truyền câu chuyện về những gì họ nhận được, đã hài lòng, từ chúng ta - đương nhiên rồi chúng ta sẽ nhận lại được phần thưởng hoàn toàn xứng đáng của mình.

Trong thời đại Internet của những năm đầu thiên niên kỷ mới này, các cung cách làm việc cũng như phục vụ trước đây đã bắt đầu lỗi thời. chúng ta cần phải có những cách làm việc và phục vụ mới phù hợp hơn với nhận thức hiện đại của người tiêu dùng ngày nay hơn. Để có cơ sở tưởng tượng và sáng tạo nên những hình thức phục vụ làm cho người tiêu dùng thực sự thỏa mãn đến mức lan truyền đi về những gì họ nhận được, chúng ta nên có một file lưu trữ mọi ý tưởng bất ngờ của mình. Chúng ta cũng nên luôn có bên mình một cây viết, một cuốn sổ nhỏ, để có thể ghi nhận lại những ý tưởng bất chợt nảy ra trong đầu hay nhìn thấy ở đâu đó. Tất cả những gì ghi nhận đó sẽ là nguồn nguyên liệu sáng tạo của chúng ta. Chúng ta chỉ ghi nhận lại, đừng vội nghĩ là có giá trị hay rồi mình sẽ sử dụng đến hay không. Tất cả chỉ là nguyên liệu để chúng ta tự mình sáng tạo ra một thứ gì đó hoàn toàn mới mẻ và khác biệt. Điều sẽ làm cho các đối tượng tiềm năng của chúng ta phải run lên vì hài lòng, thích thú, và rồi sẽ truyền rao rộng rãi về những gì họ đã nhận được. Đó là ý tưởng căn bản của Marketing Đồng tình và Marketing Câu chuyện. Các đối tượng tiềm năng vì hứng thú của mình sẽ tự tạo thành câu chuyện về thương hiệu và rồi lan truyền đi câu chuyện đó!

Tất cả những gì chúng ta cần có đó sẽ bắt đầu với một ý tưởng có sức mạnh thuyết phục và lây lan.

Đọc để tích lũy nguyên liệu sáng tạo

Chúng ta cần phải đọc thật nhiều để tích lũy nguyên liệu cần thiết cho việc sáng tạo ý tưởng marketing mà chúng ta đang nỗ lực tìm kiếm. Chúng ta có thể nghe radio, xem truyền hình, để tích lũy kiến thức, nhưng chúng ta nên nhớ - những gì người ta nghe hay nhìn thấy chỉ thực sự được ghi nhận chưa đầy 10%! Khi nghe, chúng ta không kịp suy nghĩ tích cực để có thể ghi nhận lại thông tin chính xác và đầy đủ. Khi đọc, trí não của chúng ta có cơ hội để suy nghĩ, phân tích, và sẽ ghi nhận được đầy đủ hơn. Hơn nữa, chúng ta còn có thể đọc lại những đoạn đáng chú ý.

Một lợi thế nữa của việc đọc là chúng ta có thể đọc bất cứ lúc nào, bất cứ ở đâu! Một cuốn sách, một tờ tạp chí, một máy tính xách tay hay một máy tính bảng, một smart phone, là những thứ mà chúng ta có thể luôn mang theo bên người. Chúng ta có thể đọc kỹ, đọc lướt, đọc nhanh hay chậm là hoàn toàn tùy thuộc vào chính mình. Với việc đọc chúng ta có tự mình quyết định đọc những gì, đọc lúc nào, đọc cách nào chứ không phụ thuộc như khi chúng ta nghe hay xem. Ngoài sự chủ động mà chúng ta có được khi đọc, chúng ta còn có thể đánh dấu những đoạn mà chúng ta thích thú để có thể đọc kỹ hơn sau đó hay cũng có thể ghi chú để hiểu rõ và rộng hơn những gì mình vừa tiếp nhận. Đọc một cách tích cực, chúng ta không chỉ tiếp nhận đủ 100% những thông tin cần thiết mà còn có thể hiểu rộng hơn đến 120, 130 hay ngay cả 200%! Hai, ba mươi, hay một trăm phần trăm cộng thêm đó chính là những gì ẩn giấu giữa hai dòng chữ mà chỉ có những người đọc thực sự tích cực mới ghi nhận được.

Đương nhiên, không phải ai cũng có thể thu xếp được thời gian để đọc và thu thập, tích lũy, như mong muốn nhưng nếu thực sự hiểu được lợi ích của việc đọc, chúng ta sẽ làm được và việc đọc này không hề ảnh hưởng gì tới thời gian làm việc, học tập, hay vui chơi của chúng ta. Chúng ta nên ghi nhớ, chúng ta đọc đây không phải để giải trí mà là để tích lũy nguyên liệu cần thiết cho việc hình thành và sáng tạo nên những ý tưởng marketing thực lợi ích và hiệu quả cho công việc của mình.

Chúng ta đừng vội kêu ca là lấy đâu ra thời gian rảnh mà đọc. Thứ nhất, đọc đây là để tích lũy nguyên liệu cần thiết cho việc sáng tạo chứ không chỉ để chơi. Thứ hai, hàng ngày, chúng ta vẫn có những lúc đọc một thứ gì đó mà thực sự không kết nạp được chút nguyên liệu sáng tạo cần thiết cho việc sáng tạo ý tưởng marketing. Chúng ta chỉ cần ý thức là đọc để kết nạp nguyên liệu cần thiết, chúng ta sẽ có thừa thời gian để đọc!

Có một thực tế mà hầu hết mọi người ít khi để ý và nhận biết - mọi người, từ trẻ em cho đến người lớn tuổi, tất cả vẫn luôn sáng tạo một điều gì đó trong suốt quá trình sống của mình. Chúng ta chắc không phải là một nhạc sỹ nhưng cũng chắc chắn là chúng ta cũng đã từng có lúc ngân nga hay ngay cả hát thành lời một đoạn nhạc ngẫu hứng của chính mình! Chúng ta chắc cũng không phải là một thi sĩ nhưng cũng chắc là chúng ta cũng đã từng có lúc xuất khẩu thành thơ! Mọi người, ai cũng từng có lúc tạm gọi là xuất thần như thế, chỉ có điều những sáng tạo ngẫu nhiên đó của chúng ta không được định hướng để có thể trở thành một thứ gì đó thực sự đáng gọi là sáng tạo và mang lại lợi ích cho mình hay cho người.

Tất cả mọi người, nếu thực sự muốn, đều có thể sáng tạo. Để việc sáng tạo có thể thực sự là đáng giá và được chấp nhận, chúng ta chỉ cần có đủ thông tin hay nguyên liệu để sáng tạo! Khi chúng ta có đủ thông tin về việc mình làm, chúng ta sẽ có khả năng nhận biết những gì thực sự là sáng tạo và có thể tạo thành lợi ích cho công việc của mình.

Bởi tất cả những lý do trên, chúng ta cần phải đọc và đọc thật nhiều hết mức như có thể!

***

- II -

TẦM QUAN TRỌNG CỦA Ý TƯỞNG

Nhà buôn Ý tưởng

Hãy tưởng tượng, một người với một nhóm bạn đã cùng nhau trải qua những năm tháng tuyệt vời khi còn đi học rồi sau đó mỗi người mỗi hướng. hôm nay có dịp ngồi lại với nhau và thả sức mà nói về những ước mộng trở thành một người thành đạt của mình. Một người hào hứng nói về một trang web mà anh ta sẽ mở ra nhằm để huấn luyện những chuyên gia thiết kế và làm cơ sở để nhận được những đơn hàng thiết kế từ các công ty có nhu cầu trên toàn thế giới và rồi anh ta sẽ trở thành nhà sáng lập của một trang web thiết kế tầm cỡ. Mọi người cũng hưởng ứng nhưng hầu như không ai rành rẽ gì mấy về đề tài này nên không có ý kiến tranh luận bao nhiêu. Một người khác cũng không kém hào hứng trình bày về ý tưởng thành lập một công ty chuyên huấn luyện, tổ chức, và thực hiện các hoạt động marketing, cổ động, quảng bá. Một người khác nữa cũng hứng khởi không kém nói về mơ ước mở ra một trang trại với các loại cây ăn trái và gia súc. Cả nhóm đều trố mắt ngạc nhiên vì không thể ngờ một người đã tốt nghiệp đại học rồi trải qua nhiều năm làm việc với các công ty nước ngoài lại có ý nghĩ phải nói là không bình thường chút nào như vậy. Người này vẫn cười nói như thật.

- Tương lai của nền kinh tế ngày mai đó. Sẽ thu về hàng đống tiền từ đó. Chỉ cần một trang trại vừa phải thôi, chừng năm ba chục mẫu, với mày cẩy, máy bơm, hệ thống tưới tiêu, nhà kính, chuồng trại và đặc biệt là ba ba núi... aaa... cố gắng một thời gian rồi năm, ba, năm sau cứ ngồi đó mà chơi, mà hưởng. Biết đâu đó, mười năm sau không chừng tao còn mua được cả dinh Thống Nhất!

Người này đùa vui nhưng lại không hề giỡn chơi chút nào, đương nhiên là người đó cũng phải đã từng có lúc tìm hiểu và nghĩ như vậy thật nhưng... mua được cả dinh Thống Nhất thì thật quá đáng! Sở hữu một trang trại có thể mang lại cho một người một cuộc sống thoải mái và tiền bạc có thể thừa thãi nhưng đó chắc chắn không thể là một tấm thông hành miễn phí để đến với một đời sống giàu sang thực sự của thế giới hôm nay và, dù sao, cũng cần một số vốn lớn để bắt đầu và thời gian để ước mơ này có thể trở thành hiện thực.

Thế còn sở hữu một cơ xưởng sản xuất thì sao? Có thể con đường để đến với sự giàu có thực sự là sở hữu một cơ xưởng sản xuất hàng tiêu dùng với những sản phẩm bán ra cho hàng triệu, triệu, người tiêu dùng? Dù sao, để thực hiện mơ ước này cũng đòi hỏi chúng ta phải có được một số vốn đầu tiên đáng kể và để thành công, không phải chỉ có tiền bỏ ra là đã đủ.

Năm mười năm, một vài chục năm trước đây, việc sở hữu một cơ sưởng sản xuất và đẩy mạnh hoạt động là hầu như đã có được trong tay một vé phi thuyền để đến với những miền mơ ước mà ta mong muốn. Vào những thời gian đó, chi phí cố định của chúng ta gần như bất biến và chúng ta chỉ phải cạnh tranh với những đối thủ có hình thức rõ ràng, những đối thủ có cùng hoạt động giống như chúng ta và lợi nhuận thì hình như... có mặt ở mọi nơi - trên trời, dưới đất - và ngay cả nơi thềm cửa nhà chúng ta!

Một trăm năm trước đây, sự giàu có thực sự nằm trong tay những ông chủ đồn điền, những chủ đất, với đất, với ruộng lúa cò bay thẳng cánh và những chàng công tử Bạc Liêu vung tiền như giấy lộn! Một trăm năm vừa qua, nền kinh tế của chúng ta hầu như nằm trong tay các ông chủ nhà máy bia, nước ngọt, hay xà bông, bột giặt, mỹ phẩm. Còn một trăm năm sắp tới... sự trù phú sẽ thuộc về những ai tạo thành các ý tưởng! Thành công vật chất của các công ty quảng cáo, tổ chức sự kiện, quan hệ công luận, trong thời gian gần đây là những minh chứng cho thực tế này.

Điều đáng nói là thành công của những công ty sáng tạo và cung cấp ý tưởng là rõ ràng nhưng hầu như không một ai nghĩ đến việc hình thành một công ty kinh doanh ý tưởng, một xưởng sản xuất ý tưởng! Mọi người đều hiểu, ý tưởng là chủ đạo cho một nền kinh tế, ý tưởng làm cho người ta trở nên giàu có và quan trọng hơn - ý tưởng đang làm thay đổi thế giới này nhưng... mặc dù chúng ta không thực rõ ràng về những phương cách để có thể sản xuất hàng loạt các ý tưởng nhưng có một điều mà ai cũng biết - nếu chúng ta có thể làm cho người khác chấp nhận và ngưỡng mộ ý tưởng của mình, chúng ta sẽ chinh phục được người đó. Nếu ý tưởng của chúng ta đủ mạnh, chúng ta sẽ thực sự có được quyền lực và có thể chinh phục hay thay đổi cả thế giới. (Như Yahoo!, Google, Facebook, Twitter...)

Làm sao để chúng ta có thể giành lấy quyền lực này? Chúng ta cần phải làm những gì để có thể thay đổi hiện trạng của ngành nghề mà chúng ta đang làm hay, nếu tuyệt vời hơn, để có thể thay đổi car thế giới mà chúng ta đang sống?

Nếu chúng ta là một trại chủ, chúng ta không mong gì hơn là nông phẩm của mình được giá trên thị trường. Nếu chúng ta là một nhà sản xuất, chúng ta cũng không mong gì hơn ngoài việc sản phẩm của mình được tiêu thụ rộng rãi. Vậy, giả sử, chúng ta là một nhà buôn ý tưởng, chúng ta mong muốn những gì?

Xin thưa, ước vọng huy hoàng nhất của bất kỳ nhà buôn ý tưởng nào là đây - có trong tay những ý tưởng mang tính lây nhiễm!

Ý tưởng mang tính lây nhiễm

Một ý tưởng không phát triển, không lây lan được là một ý tưởng chết. Một ý tưởng có thể chuyển động, có thể sống và lớn mạnh lên để lây nhiễm cho nhiều người khác là một ý tưởng mang tính lây nhiễm.

Trong những ngày xưa cũ, việc chúng ta có thể sản xuất được bao nhiêu nông phẩm hay sản phẩm có những giới hạn. Với ý tưởng, giới hạn ở đây là sự vô hạn. Những ý tưởng không chỉ có thể được nhắc đi nhắc lại bởi những người thích thú với chúng mà còn có thể càng lúc càng phát triển, mở rộng, nhân bội sức mạnh và giá trị đã có cùng với việc lặp đi, lắp lại qua hết người này đến người khác.

Một ý tưởng lây nhiễm sẽ tự phát triển và nhân bội sức mạnh như thế nào?

Ta có thể tạm gọi ý tưởng này là một tuyên ngôn. Một tuyên ngôn ý tưởng tương tự như một tiểu luận có sức hấp dẫn mạnh, hàm chứa sẵn trong bản thân những ý tưởng khác và có khả năng tạo thành những ý tưởng mới. Thường thì một tuyên ngôn được thể hiện dưới dạng một bài viết nhưng cũng có thể là một hình ảnh, một bài hát, một sản phẩm, một dịch vụ hấp dẫn hay ngay cả một quy trình sản xuất, một chiến dịch marketing... Ý tương được thể hiện dưới hình thức nào đi nữa không là vấn đề, chính thông điệp mà ý tưởng hàm chứa mới là đáng nói. Một khi chúng ta có thể dùng tuyên ngôn này để tác động đến suy nghĩ của người khác là chúng ta đã tạo nên một giá trị cho ý tưởng đó. Để những giá trị này có thể lan truyền, chúng ta cần phải tạo thành một phương tiện để các ý tưởng ẩn chứa trong tuyên ngôn có thể sống và lan truyền!

Để có thể sống, một ý tưởng cần phải có một môi trường để sống và một phương tiện lan truyền để có thể nhân bội.

Môi trường sống của ý tưởng có thể là một hình ảnh, một bài hát, một bài văn, một cuốn phim, hay ngay cả một công thức toán học! Phương tiện dùng để truyền đạt ý tưởng đó sẽ quyết định sự lây lan ra sao và tốc độ lớn mạnh thế nào. Một phương tiện không phải là một tuyên ngôn, mỗi một ý tưởng được phát triển từ ý tưởng đó mới là những tuyên ngôn và phương tiện lan truyền là môi trường sống, phát triển của các ý tưởng đó.

Một ý tưởng lây nhiễm không cần phải là một ý tưởng vĩ đại hay phức tạp mà thường hơn, đó là một ý tưởng đơn giản, minh bạch, có tính dễ thẩm thấu cao (dễ dàng được chấp nhận rộng rãi) và sức mạnh của ý tưởng đó nằm ở tính lây nhiễm mà ý tưởng chứa đựng.

Năm 2002, công ICP (International Consumer Products) tung ra thị trường sản phẩm dầu gội X-Men dành cho các ông, một loại dầu gội được sản xuất định hướng vào nam giới. Thành công của thương hiệu X-Men không thực sự đến từ quá trình xây dựng thương hiệu, nỗ lực quảng bá hay chất lượng vượt trội mà đến chính từ ý tưởng - dầu gội dành cho các ông. Đó là loại dầu gội đầu tiên, được phát triển và quảng bá đặc biệt dành riêng cho quý ông. Có thể nói, X-Men là loại dầu gội đầu tiên chỉ dành cho quý ông - không chỉ trên thị trường Việt Nam mà trên cả thị trường thế giới. Các thương hiệu nổi tiếng khác như Clear hay Romano, ví dụ, cũng được sản xuất định hướng vào nam giới nhưng các thông điệp quảng bá của các thương hiệu này không nhấn mạnh vào điểm khác biệt đáng chú ý này. Được định hướng minh bạch ngay từ những bước đầu xây dựng thương hiệu, ngay cái tên X-Men cũng đã cho thấy rõ ràng đó là một sản phẩm dành cho phái nam! (Cho dù cái tên này là một cái tên vay mượn từ bộ phim nổi tiếng X-Men!)

Từ trước cho tới lúc đó, dầu gội tuy vẫn được sản xuất dành cho cả nữ lẫn nam nhưng không ai chú ý đến chi tiết nhỏ nhặt này bởi đương nhiên, sản phẩm có tính làm đẹp là dành cho quý bà, quý cô. Có thể vào thời gian đầu tiên, các ông có nhìn thấy quảng cáo về X-Men thì cũng chẳng có ý niệm gì rõ ràng - đơn giản đó chỉ là một loại dầu gội mới nữa như bao nhiêu thứ mới khác mà thôi nhưng... không phải tất cả các ông đều nghĩ đơn giản như vậy. Có nhiều người vì một lý do cá nhân nào đó đã chú ý đến loại sản phẩm dường như được đặc chế dành cho mình này. Những người này tìm mua về dùng và có thể họ cũng chẳng thấy có gì khác lạ so với các loại dầu gội bình thường khác nhưng cảm nhận của họ thì khác hẳn! Họ cảm thấy thỏa mãn vì lần đầu tiên có riêng cho mình một loại dầu gội, không còn phải dùng chung, dùng ké cùng loại dầu gội với bà xã hay chị em, hay cả nhà nữa.

Từ những ý nghĩ thỏa mãn đầu tiên này, ý tưởng lây nhiễm hàm chứa trong loại dầu gội dành riêng cho nam giới bắt đầu phát triển. Đương nhiên, những quý ông này không cố ý nhưng nếu có dịp để nói, họ sẽ nói là mình đang dùng một loại dầu gội chỉ dành cho phái mạnh sành điệu với mùi thơm thật đàn ông (!), làm cho tóc bềnh bồng kiểu đàn ông (!)... và còn nhiều nữa tùy theo câu chuyện mà họ nói và cũng đang tự kể cho chính mình. Từ những câu chuyện tương tự, ý tưởng "của riêng các ông" bắt đầu lây lan và tạo thành sức mạnh cũng như thị trường cho X-Men và cả dòng sản phẩm dầu gội dành cho chỉ các ông!

Ngay cả cuốn sách chúng ta đang cầm trên tay này cũng không chỉ là một bài tiểu luận về ý tưởng marketing, Marketing Đồng tình hay Marketing Câu chuyện, nó cũng là một tuyên ngôn đang nỗ lực chuyển mình để trở thành một ý tưởng lây nhiễm! nếu tuyên ngôn này có thể thay đổi quan điểm của chúng ta về tư duy marketing và về ý tưởng, chúng ta sẽ có thể chia sẻ sự thay đổi này với một người bạn, hay hai ba người, hay ngay cả với mọi người chúng ta quen biết. Lúc đó, tuyên ngôn này đã trở thành một ý tưởng lây nhiễm có khả năng lây lan và tạo thành giá trị!

Chúng ta đang sống trong một thế giới, một thời đại, mà hầu hết người tiêu dùng đều đang chống lại một cách ý thức hay vô thức các hình thức quảng cáo, marketing!

Vì vậy, chúng ta không nên tiếp tục làm marketing nhằm vào số đông như ngày nào nữa. Ý tưởng ở đây là tạo thành một môi trường hấp dẫn và thuận lợi để lôi cuốn các đối tượng tiềm năng và rồi để họ tự marketing lẫn cho nhau.

Ý tưởng lây nhiễm có phải là một hình thức marketing? Chắc chắn như vậy và ngày nay marketing gần như chi phối mọi việc xảy ra trong một xã hội. Chúng ta không thành công nhờ vào việc giao hàng, hay sản xuất, hay có một hệ thống thanh toán tốt hơn... chúng ta thành công là vì chúng ta đã làm marketing tốt hơn các đối thủ của mình. Bởi Marketing Ý tưởng Lây nhiễm là lan truyền đi một ý tưởng có tính lây nhiễm, vì thế, ý tưởng cũng chính là thứ mà chúng ta sẽ phải đối mặt và cạnh tranh. Các thương hiệu, các sản phẩm, từ trước tới nay vẫn chủ yếu cạnh tranh với nhau qua các hình thức ý tưởng marketing là chính và tương lai thuộc về những ai có khả năng lây truyền rộng rãi một ý tưởng!

Một ý tưởng lây nhiễm là gì? Đó là một ý tưởng sống, hoạt động và lớn mạnh không ngừng trong suy nghĩ của một nhóm đối tượng mục tiêu. Đó là một ý tưởng hợp thời được lan truyền trong một vài nhóm đối tượng nào đó, lây nhiễm rồi thay đổi và tác động đến suy nghĩ của những ai bị ý tưởng đó hấp dẫn. Trong thế giới thường thay đổi của chúng ta ngày nay, đó là một nghệ thuật và cũng là một khoa học thực nghiệm được phát triển để tạo thành, phát động, và hưởng lợi từ những ý tưởng lây nhiễm - một bước phát triển kế tiếp của xã hội hiện đại.

Chúng ta đã biết Yahoo mail, Google mail? Chúng ta đã từng sử dụng? Nếu vậy, chúng ta đã sử dụng hai công cụ thư điện tử này không phải vì những tiện ích từ đó mà chính vì tuyên ngôn về việc sử dụng thư điện tử miễn phí của các thương hiệu này! Từ ý tưởng miễn phí đó, tuyên ngôn này đã chuyển mình trở thành một ý tưởng mang tính lây nhiễm.

Chúng ta đã dùng messenger? Vào lúc đầu, Yahoo Messenger chỉ trao cho chúng ta một công cụ giao tiếp miễn phí trên mạng. Chúng ta đã biết và chỉ cho đó là một công cụ chat dành cho những người rỗi hơi, thừa thời gian để giết chứ không phải cho những doanh nhân như chúng ta. Chúng ta nghĩ, thời gian ở đâu ra mà chat với chit trong khi còn biết bao việc phải lo toan, bao trách nhiệm phải hoàn thành? Rồi một lần, chúng ta đã cài Yahoo Mesenger, chỉ vì lịch sự, để trò chuyện với một người đã hào hứng mời chúng ta thử dùng công cụ này. Sau vài lần trò chuyện, chúng ta chợt nhận ra, chúng ta hoàn toàn có thể sử dụng công cụ này không chỉ để chit, chat, cho qua giờ mà còn có thể sử dụng để bàn bạc công việc qua đó thật thuận tiện! Chúng ta thử mời một vài đồng nghiệp, đối tác, dùng thử và rồi chúng ta hoàn toàn bị khuất phục bởi những tiện ích quá rõ ràng của công cụ này. Chúng ta bắt đầu giới thiệu Yahoo Mesenger cho những người khác nữa mà không hề nghĩ là mình đang marketing không công cho Yahoo!

Những năm đầu thiên niên kỷ mới đã đem lại nhiều thay đổi. Sau những thành công chóng mặt của những Google rồi Yahoo! ở cuối thế kỷ trước, những năm đầu của thế kỷ 21 đã chứng kiến sự phát triển và thành công vượt bực của các trang mạng xã hội Facebok, Twitter, Linkedin... khi chỉ trong một thời gian cực ngắn, vài ba năm, đã đạt được số người sử dụng đến vài trăm triệu (twitter, linkedin) hay ngay cả con số khó tin - hơn một tỷ người (Facebook)! Tất cả những thành công đó cũng đều bắt đầu từ một ý tưởng có khả năng lây nhiễm mạnh mẽ - một sân chơi miễn phí với nhiều tính năng hấp dẫn và mở rộng cho mọi người tham gia.

Chúng ta đã dùng một máy chụp hình kỹ thuật số. Thúc đẩy chính khiến ta mua và sở hữu cái máy chụp hình đó không phải từ những quảng cáo về chúng mà chính từ một người bạn nào đó đã dùng và bị khuất phục trước những tiện ích của chúng và đã hào hứng kể lại cho chúng ta nghe về những gì một mày hình kỹ thuật số có thể mang lại mà một máy chụp phim trước kia không thể. Chắc chắn, chúng ta cũng đã từng có lúc nhận thấy dường như những người chung quanh ta cùng xem những chương trình truyền hình như mình, đọc một cuốn sách như chúng ta đã đọc, nói về cùng những bộ phim mà chúng ta đã xem, về cùng những website mà chúng ta ưa thích? Tại sao vậy? Điều này xảy ra không phải vì những công ty sản xuất đã bỏ ra hàng đống tiền để quảng cáo khuyến dụ mà chính vì những ý tưởng được lan truyền đi qua các phương tiện đó!

Những ý tưởng nằm trong những sản phẩm, dịch vụ này được lan truyền thế nào? Làm sao để thúc đẩy những ý tưởng đó lây lan đi nhanh hơn? Đây chính là những ý tưởng ẩn mật nằm đằng sau việc - làm lây lan một ý tưởng lây nhiễm.

Không có gì là mới mẻ ở đây, cũng chỉ tương tự như việc truyền miệng thông thường mà thôi, chỉ có điều, ngày nay việc truyền miệng đã đổi thay, không còn tương tự như những ngày trước kia nữa. Từ ngàn xưa đến giờ vẫn luôn có những ý tưởng lây nhiễm – lời đồn đại hay những ý tưởng được lan truyền rộng khắp như nấm dại sau cơn mưa! Nào có ai bỏ tiền ra quảng bá đâu mà những câu chuyện về Ba Giai, Tú Xuất, hay các cậu công tử Bạc Liêu răng vàng lấp lánh vẫn được truyền tụng cho đến ngày nay? Trong thiên niên kỷ mới này, trong thời đại công nghệ thông tin, những ý tưởng lây nhiễm được định hướng chính xác sẽ thực sự mạnh mẽ hơn bao giờ hết cũng với việc phát tán những ý tưởng này dễ dàng và hiệu quả hơn.

Chúng ta cần phải nói đến ý tưởng lây nhiễm bởi ngày nay, tốc độ là tất cả. Tốc độ quyết định sự thành công cũng như gây nên những thất bại. Các thương hiệu và sản phẩm không còn có thời gian thừa thãi mà phát triển như tất cả đã từng được phát triển trong những ngày trước đây nữa. Lời đồn đại lớn dậy và rồi sẽ chết đi nhưng ý tưởng lây nhiễm sẽ lớn mạnh lên cùng với thời gian. Ý tưởng lây nhiễm sẽ là lợi khí marketing của tương lai. Mặc dù ý tưởng lây nhiễm không phải là mới mẻ nhưng chúng là quan trọng bởi con người luôn bị ám ảnh vì những gì mới mẻ và các ý tưởng về những gì mới sẽ dễ dàng lây nhiễm từ người này sang người khác.

Đã từng có một câu chủ đề quảng cáo tạo được thành công bằng cách bóng gió về tiền thân những ý tưởng lây nhiễm – chuyện truyền miệng. "Chỉ có người thợ làm đầu của bạn là biết rõ!", đó là một quảng cáo cho một sản phẩm được dự kiến là một bí mật - một bí mật giữa bạn, người làm tóc của bạn và Clairol (một thương hiệu mỹ phẩm nhuộm tóc dành cho nữ của P & G). Bí mật đó chính là một ý tưởng lây nhiễm, chúng ta bị lây nhiễm cho dù không hề biết chắc bí mật đó là gì!

Một vài năm sau, Herbal Essence (một nhãn hiệu của Clairol) đã thất bại và phải chấp nhận một số phận khác hẳn khi nỗ lực khuyến dụ khách hàng nói với những người bạn của họ về sản phẩm. Đáng buồn thay, trong khi những lời truyền miệng lan nhanh như một cơn dịch thì chúng cũng lại chóng tàn như một cơn bão! Nếu chúng ta yêu hay ghét một sản phẩm, chúng ta có thể sẽ nói với một vài người bạn của mình nhưng hy vọng là những người này rồi sẽ tiếp tục nói với những người khác nữa lại dường như vô vọng. Chúng ta yêu, chúng ta ghét, đó là những gì mà chỉ chúng ta mới có thể cảm nhận - những người nghe chúng ta kể lại không hề có được chút cảm nhận nào về những gì mà chúng ta đã cảm nhận mạnh mẽ và tự nhiên bị thúc đẩy phải nói ra. Chính vì vậy, những lời truyền miệng suông sẽ nhanh chóng tàn phai.

Ngày nay với sự phát triển của mạng Internet, những ý tưởng lây nhiễm được định hướng phân minh sẽ lan truyền với tốc độ của một đám cháy trong cơn giông bão - bão tan rồi nhưng đám cháy vẫn còn đó chờ đợi lại bùng lên cho dù với chỉ một chút gió hắt hiu! Tất cả chúng ta đều bị ám ảnh vì các ý tưởng chứ không phải vì sản phẩm hay thương hiệu – những chuyện quá thường trong cuộc sống hiện đại ngày nay.

Tất cả chúng ta, ai cũng phải có quần, có áo, và thường thì chúng đều có chất lượng tương tự như nhau. Hơn thua nhau một chút, sang hay thường, nổi tiếng hay không cũng không đến mức khiến chúng ta phải cuống lên trầm trồ khoe khoang với mọi người mình quen biết. Các nhà sản xuất và may mặc có được lợi nhuận từ việc tiêu dùng chứ không từ một ý tưởng! Họ biết rằng, một khi những nhà máy của họ còn đó, họ còn có thể sản xuất và bán ra từng cái áo, cái quần, là họ còn thu về được một mức lợi nhuận nào đó và họ sẽ mãi tồn tại. Vì vậy, Sản phẩm của những người này được định giá theo công thức truyền thống đã tồn tại từ hàng ngàn năm qua - chi phí cộng thêm một hay năm, mười, phần trăm cho lợi nhuận.

Họ phải trải qua những con đường gập ghềnh, xa tít tắp, để đạt được đến sự phồn vinh họ mong muốn. Họ đã tốn cả trăm năm để trải qua những con đường đó. Ngày nay, họ không còn có được thời gian thoải mái như trước nữa để chậm rãi mà đi, những cái tên với những ý tưởng đi kèm theo chúng đã làm đổi thay mọi thứ. Cũng là một cái áo sơ mi, nhưng với một thương hiệu An Phước hay John Henry, Smart Tailor, đi kèm được bán ra với giá gấp 3 lần, 5 lần, những cái áo của những thương hiệu khác. Chính những ý tưởng nằm sau những thương hiệu này đã cho phép các công ty này đạt được mức siêu lợi nhuận đáng thèm muốn đó. Dù sao, các công ty trên cũng cần phải hiểu rằng những ý tưởng đi kèm với thương hiệu của họ đó cũng không phải là sẽ cứ thế mà tồn tại mãi. Vì vậy, họ cũng phải hối hả để tạo thành những ý tưởng tươi mới hơn để củng cố hay, trong những trường hợp bắt buộc, để thay thế thật nhanh như có thể.

Trong những ngày trước đây, người ta thường cười mỉa vào những thứ chóng qua, thường, thay, thường đổi đó và gọi đó là những xu hướng nhất thời. Ngày nay, hầu như mọi thứ, từ việc tuyển cử cho đến những bài hát hay ngay cả đến việc trám chữa răng cũng chịu ảnh hưởng từ những gì được coi là xu hướng nhất thời đó. Mọi việc ngày nay đều đang thay đổi với một tốc độ chóng mặt khiến cho mọi thứ đều có vẻ như chỉ là những gì mau thay, chóng đổi, những thứ chỉ có thể tồn tại trong một thời gian nhắn ngủi. Vì vậy, thành công trên thương trường ngày nay là điều hầu như chỉ dành cho những người làm marketing biết rõ sự thật này và hết lòng nỗ lực tạo thành và phát triển các chiến dịch markeitng phù hợp.

Một trăm năm trước đây, ngành vô tuyến truyền thanh phải mất hơn mươi năm để đạt được đến con số mười triệu người dùng radio. Năm mươi năm trước đây, truyền hình đã phải mất mười lăm năm để có được con số mười triệu người sử dùng. Hai mươi năm trước, Internet chỉ cần có ba năm để đạt con số người sử dụng này. Mười lăm năm trước đây, những trang web công cụ dò tìm như Yahoo, Google, chỉ cần không đến một năm để vượt qua con số này và... ngày nay... mười năm trước, trang mạng xã hội Facebook chỉ trong vòng vài năm đã đạt đến con số người sử dụng 500 triệu!

Vậy hôm nay, khi người ta đã nhận biết sức của những ý tưởng lây nhiễm, phải mất bao lâu? Và ngày mai?

Điều đáng nói là những ý tưởng ngày nay có khả năng lan truyền trong không gian với vận tốc của ánh sáng. Các phương tiện truyền tải ý tưởng ngày nay là hết sức tốc độ và rẻ tiền, vì vậy những ý tưởng cũng được lan truyền nhanh chóng với chi phí thấp một cách tương ứng. Một cuốn tiểu thuyết của nhà văn Mỹ nổi tiếng, Stephen King, chỉ cần có một tuần lễ để trao đến tận tay hơn 600.000 độc giả khi cuốn truyện này được tung lên mạng Internet. Thời gian cần có để một ý tưởng lây nhiễm được lan truyền tụt xuống gần bằng không.

Tại sao chúng ta lại quan tâm đến điều này? Những ý tưởng có thể nhanh chóng lan truyền rộng khắp, tác động đến các quan điểm chính trị, tội phạm, luật pháp hay ngay cả tác động khiến chúng phải mua một thứ gì đó thì đã có sao?

Bởi lợi khí marketing trong tương lai chính là những ý tưởng và ý tưởng lây nhiễm là tác nhân để các ý tưởng phát tán. Khoa học và nghệ thuật để tạo thành những ý tưởng lây nhiễm và dùng chúng để hình thành lợi nhuận là hoàn toàn mới mẻ và đầy sức mạnh. Chúng ta không cần phải chờ đợi để những ý tưởng hình thành tính lây nhiễm một cách ngẫu nhiên, chúng ta có thể hoạch định để tạo thành và hưởng lợi từ những ý tưởng lây nhiễm có sức mạnh khuất phục này. Chính vì vậy mà chúng ta, những người làm marketing của thời đại mới, cần phải quan tâm đến thực tế này của tương lai.

Ngẫu nhiên và định hướng

Chắc chắn là có những ý tưởng đã chuyển mình trở thành ý tưởng lây nhiễm một cách hoàn toàn ngẫu nhiên. Chúng xảy ra và rồi lây nhiễm âm thầm mà người tạo thành chúng không hề có chủ ý hay chú ý để nhận biết sự thật. Ví dụ như những phong trào "Hát cho dân tôi nghe," "Đốt lửa lên để thấy hòa bình," của sinh viên học sinh Sài Gòn vào đầu thập niên 70 của thế kỷ trước. Nhưng dù sao cũng vẫn còn đó những ý tưởng được phát tán với chủ ý của người sáng tạo ra những ý tưởng đó, những chủ doanh nghiệp hay các chính trị gia hiểu được sức mạnh và tính hiệu quả của một ý tưởng lây nhiễm có thể giúp cho họ hoàn tất các mục tiêu một cách nhanh chóng và hiệu quả ra sao.

Năm 1992, khi George Bush Cha như đang đứng trên đỉnh cao danh vọng của mình với việc chấm dứt chiến tranh lạnh và chiến thắng trong cuộc chiến vùng vịnh. Một nhiệm kỳ Tổng thống kế tiếp có vẻ như đã hoàn toàn thuộc về ông, Bill Clinton và nhóm vận động tuyển cử đã âm thầm nghiên cứu và phát hiện ra mong muốn tiềm ẩn của người Mỹ vào lúc đó, sau một thời gian chiến tranh kéo dài, là một cuộc sống ổn định trong một nền kinh tế vững mạnh. Xác định này đã dẫn đến một trong những ý tưởng mà sau đó đã được thể hiện trong câu chủ đề cho chiến dịch tuyển cử của ông Clinton, "It's the economy, stupid" (đó là nền kinh tế, đừng dại), là ý tưởng đã được dân Mỹ chấp nhận để rồi kết quả là ông Clinton đã đắc cử. Sức mạnh của một ý tưởng có tác động như thế đó.

Trước đây, mọi người kinh doanh đều chủ yếu bán sản phẩm hay dịch vụ của mình thông qua các nỗ lực marketing đại chúng. Chúng ta tiến hành các hoạt động quảng bá để quấy rối vào đời sống riêng tư của người tiêu dùng với những quảng cáo không được chờ đợi để đón nhận, không được cá nhân hóa và cũng không hề được thích ứng hóa với một đối tượng nào nhất định. Mọi người đều quảng cáo với hy vọng là người ta rồi sẽ mua những gì mà mình giới thiệu. Có một thời, cách làm marketing quấy rối này đã chứng tỏ hiệu quả.

Lợi thế của chiến lược xây dựng thương hiệu theo cách marketing quấy rối này là người làm marketing có thể kiểm soát được chi phí và quá trình thể hiện chiến dịch markeitng của mình. Điểm bất lợi của cách hoạt động này là chi phí quá cao và những khó khăn luôn rình rập. Điều đáng nói là, ngày nay, không phải chỉ một vài thương hiệu làm như vậy mà là mọi thương hiệu đều làm theo cách này. Điều này đã tạo thành một môi trường cạnh tranh và nhu cầu, đương nhiên, càng lúc càng tăng cao làm chi phí cũng tự nhiên tăng theo đến mức chóng mặt. Đã qua thật rồi cái thời mà chúng ta chỉ cần chạy một vài quảng cáo trên một vài phương tiện truyền thông rồi ngồi đó rung đùi chờ các đối tượng tiềm năng kéo đến với mình. Ngày nay, chúng ta phải chạy cùng một lúc hàng chục quảng cáo trên hàng chục loại phương tiện truyền thông khác nhau liên tiếp trong nhiều kỳ mà vẫn không dám chắc có lôi kéo được đủ số lượng đối tượng tiền năng dự tính đến với mình hay không. Đương nhiên, nếu chúng ta chi phí và quảng cáo đủ, các đối tượng tiềm năng sẽ đến nhưng với một tỷ lệ khiêm nhường đến mức không chỉ là đáng buồn mà là chết người!

Điều gì xảy ra khi tất cả chúng ta đều buộc phải làm như vậy? Chi phí tăng cao làm đội giá sản xuất lên và người tiêu dùng chính là những người phải gánh nhận thay cho chúng ta những chi phí này khi mua sản phẩm hay dịch vụ. Chúng ta nên ghi nhớ điều này, cũng như chúng ta, người tiêu dùng ngày nay cũng hiểu biết về sản xuất và marketing hơn những ngày trước kia nhiều và rồi họ sẽ nhanh chóng nhận ra sự thật là họ đang phải gánh chịu thay cho chúng ta những chi phí khổng lồ mà chúng ta đã bỏ ra cho quảng cáo truyền thông. Khi người tiêu dùng nhận biết được thực tế này, chúng ta còn mong gì có thể giữ chân họ lại với mình để có được những khách hàng trung thành đáng trân trọng như mong muốn?

Chúng ta cần phải có một hình thức marketing khác hẳn, mới mẻ và phù hợp hơn với thực tế thị trường của hôm nay. Một cách marketing nào đó có chi phí đúng hơn, hiệu quả hơn. Một cách marketing làm cho các đối tượng tiềm năng có thể tin tưởng và thích được làm khách hàng của chúng ta rồi lan truyền đi thông tin về chúng ta, về sản phẩm, về dịch vụ của chúng ta, đến với những người chung quanh họ.

Có một cách markeitng mới đã được chứng nghiệm thành công trong thực tế mà chúng ta có thể dùng để xác định, tiến hành và thu lấy lợi ích cũng như lợi nhuận kèm theo từ những ý tưởng có thể chuyển mình thành lây nhiễm! Seth Godin đã từng áp dụng những phương cách marketing đặc thù này và tạo nên những thành công to lớn cho những thương hiệu mà ông xây dựng và phát triển như - Yoyodine, Yahoo, Squiido, cũng như hằng chục cuốn sách ý tưởng marketing nổi tiếng khác.

Đương nhiên, cũng không khác gì các phương pháp thực hành marketing khác, có những cách để triển khai và thể hiện đúng cũng như có những cách hoàn toàn sai lầm. điều quan trọng ở đây là. cách bạn nuôi dưỡng và chăm sóc ý tưởng lây nhiễm đó của mình sẽ tạo thành những tác động thăng hoa hay suy kiệt.

Một trong những yếu tố chính để làm lây lan một ý tưởng lây nhiễm là yếu tố định hướng tập trung của thông điệp ẩn chứa ý tưởng lây nhiễm mà chúng ta trao đi. Nếu chỉ có một hay mười, hay hai mươi phần trăm số đối tượng tiềm năng mục tiêu bị tác động bởi ý tưởng mà chúng ta muốn lan truyền là hoàn toàn chưa đủ để tạo thành cho chúng ta một kết quả tích cực. Chúng ta chỉ có thể thành công khi có khả năng tác động làm phấn khích ít nhất 80% nhóm đối tượng tiềm năng mục tiêu đầu tiên của mình - nhóm chủ thể lây nhiễm. Những nhà buôn ý tưởng phải là những người mê cuồng với việc xác định nhóm đối tượng mục tiêu chính và rồi từ đó tạo thành một ý tưởng phù hợp, tác động mạnh mẽ đến những chủ thể lây nhiễm này - những người có khả năng tác động và lây truyền. Một ý tưởng lây nhiễm dù có mạnh đến mức nào cũng không thể tác động đến mọi người, nó chỉ thực sự có được sức mạnh lây nhiễm đối với nhóm người phù hợp với nó mà thôi. Đây là điểm khác biệt chính của Marketing Đồng tình, Marketing Ý tưởng Lây nhiễm và Marketing Lan truyền Câu chuyện so với các hình thức Marketing Đại chúng hay Marketing Quấy rối khác. Các thông điệp này phải được đo cắt riêng và định hướng tập trung vào chỉ một nhóm đối tượng tiềm năng mục tiêu nhỏ nhưng có khả năng tác động đến các nhóm đối tượng tiềm năng khác lớn hơn.

Để tạo thành một ý tưởng mang tính lây nhiễm, người làm marketing sẽ thiết kế và tạo thành một môi trương để ý tưởng lây nhiễm có thể được lặp đi lặp lại và lan truyền. Một môi trường để ý tưởng lây nhiễm hoạt động và phát triển chứ không phải một môi trường để cho những người làm marketing thể hiện khả năng của mình! Xác định nhóm đối tượng mục tiêu số 1, tạo thành và rồi trao đi một thông điệp có ẩn chứa ý tưởng lây nhiễm là tất cả những gì một người làm marketing phải làm rồi sau đó đứng tránh sang một bên để cho ý tưởng lây nhiễm tự lây lan và lớn mạnh.

Tại sao một trang web cá nhân, một blog miễn phí như Yahoo! 360° của một cá nhân như blogger cogaidolong lại có thể được đề nghị mua lại với giá vài chục ngàn USD? Chính bởi số lượng người truy cập vào trang blog này hàng ngày. Cogaidolong nhờ số lượng người truy cập 15, 16 ngàn mỗi ngày bỗng trở thành một chủ thể lây nhiễm có khả năng lây lan một ý tưởng đến hàng chục ngàn người khác! Cho dù tin trên chỉ được phát tán từ những nguồn không chính thức nhưng việc blog cogaidolong có số lượng người truy cập hơn chục ngàn mỗi ngày là sự thật. vì vậy, cogaidolong đúng thật là một chủ thể lây nhiễm mạnh!

Lây nhiễm một số lượng lớn đối tượng tiềm năng bằng một ý tưởng là bước đầu tiên để xây dựng nên một mô hình kinh doanh với lợi nhuận vững chắc. Để thực hiện dễ dàng bước đầu tiên này trong việc xây dựng và phát triển một công cuộc kinh doanh, các công ty cần có một trang web để tạo thành một môi trường lây nhiễm thuận lợi hơn - mọi công ty ngày nay đều có một trang web nhưng hầu hết đều không ứng dụng được hết những khả năng tiềm tàng mà một trang web có thể đem lại. Website chính là môi trường lây lan thuận lợi nhất để phát tán một ý tưởng lây nhiễm. Để tạo thành một môi trường lây nhiễm, có một số bước sau:

- Sáng tạo nên một kinh nghiệm sử dụng hay tiêu dùng hoàn toàn mới lạ có khả năng làm cho đời sống thường ngày của người sử dụng hay tiêu dùng tốt hơn. Một kinh nghiệm thực sự đáng giá để người ta chấp nhận và chọn lấy.

- Sáng tạo nên một ý tưởng có tính lây nhiễm, ẩn chứa trong kinh nghiệm nói trên, có khả năng tác động đến đại đa số nhóm đối tượng mục tiêu.

- Không ngừng tạo thành những phiên bản nâng cấp ý tưởng lây nhiễm của mình trên chốn thị trường mục tiêu để các đối thủ cạnh tranh không kịp ăn theo hay có được thời gian để tạo thành một ý tưởng lây nhiễm cạnh tranh.

- Sáng tạo nên những giá trị cộng thêm cho dịch vụ hay sản phẩm của mình để giữ chân và làm người tiêu dùng không thể chuyển sang sử dụng một thương hiệu cạnh tranh.

- Đạt được sự đồng tình giao tiếp của người tiêu dùng hay sử dụng và không ngừng duy trì mối quan hệ đáng giá này bằng những thông tin giá trị hay những lợi ích thiết thực đúng thời, đúng lúc.

- Không ngừng tìm hiểu và sáng tạo nên những kinh nghiệm mới hơn nữa để tạo thành môi trường bùng phát cho ý tưởng lây nhiễm của mình.

Chúng ta đang sống trong một thời đại mà những người chiến thắng tạo thành cho mình khả năng làm chủ cả thế giới. Những ông khổng lồ như Coca-Cola, Wrigley, Gilette... dường như sẽ mãi sống mạnh mẽ và càng ngày càng lớn mạnh hơn! Trước đây, chúng ta tập trung vào việc sản xuất ra vật chất và bây giờ, đã đến lúc nên và phải tập trung vào việc tạo thành những ý tưởng. Con người ngày nay có khả năng giao tiếp rất rộng, đặc biệt là với môi trường Internet, một người hoàn toàn có thể hàng ngày trò chuyện hay trao đổi ý tưởng với hàng trăm, hàng ngàn người khác trên khắp thế giới qua các công cụ của mạng Internet như mail hay chat. Mọi người không chỉ có nhiều bè bạn hay người quen biết hơn mà còn có sẵn những công cụ trong tầm tay để có thể nhanh chóng, dễ dàng, đối thoại với những người quen biết của mình. Giao tiếp càng rộng, thông tin càng nhiều, con người ta lại càng cảm thấy cần phải có được, hiểu được, những gì mới mẻ đang hay sẽ xảy ra và luôn muốn mình theo kịp với những thay đổi đang hình thành hầu như trong mọi xu hướng phát triển của thế giới. Bởi thế, một ý tưởng thực sự mới mẻ và khác biệt đã sẵn mang tính lây nhiễm trong bản thân nhưng... để có thể bùng phát và tạo thành một cơn dịch, ý tưởng lây nhiễm đó cần phải có một môi trường thuận lợi để lây lan.

Có đôi lúc, những ý tưởng lây nhiễm mạnh mẽ và đã thành công dường như chỉ tự hình thành một cách ngẫu nhiên ở ngoài tầm kiểm soát. Trên thực tế, có khi người tạo thành ý tưởng cũng không nghĩ là ý tưởng của mình có thể trở thành lây nhiễm và lây lan rộng rãi. Khi đã biết và nhận ra là ý tưởng của mình đã trở thành lây nhiễm, chúng ta có thể từ đó tăng trưởng cơ may lây lan đi ý tưởng lây nhiễm đó rộng rãi đến hết mức.

Chúng ta cũng cần phải ghi nhớ là bất cứ một thứ gì đã sống đều phải có chu kỳ sống của nó, chúng ta không chú ý đến điều này và ý tưởng lây nhiễm của chúng ta sẽ nhanh chóng mất sức và rồi chết... yểu! Đã có được một ý tưởng có sức mạnh lây nhiễm, chúng ta cần phải nuôi dưỡng ý tưởng đó thật lành mạnh để kéo dài chu kỳ sống cho ý tưởng đã lây lan của mình. Ý tưởng lây nhiễm không chỉ ẩn chứa trong những bài tiểu luận, những cuốn sách, những bộ phim… Thành công của mọi thứ, từ công nghệ mới cho đến những phương cách sản xuất mới để tạo thành vật chất, đều bắt nguồn từ một ý tưởng và tính lây nhiễm của ý tưởng đó. Marketing Ý tưởng Lây nhiễm là một trường hợp đặc thù của một ý tưởng mạnh. Một thứ ý tưởng lây nhiễm được lan truyền bằng một phương tiện đặc thù - sản phẩm tiêu dùng hay dịch vụ. Ý tưởng lây nhiễm là một thứ gì đó rộng lớn hơn cả bản thân phương tiện ẩn chứa nó. Vì bị tác động của ý tưởng lây nhiễm mà người ta đã mua, đã sử dụng, chứ không hẳn chỉ vì lợi ích hay tiện ích mà sản phẩm hay dịch vụ mang lại. Đương nhiên, lợi hay tiện ích kia cũng phải rõ ràng chất lượng và đáng thích thú thì ý tưởng đó mới có cơ hội lớn mạnh và lây truyền rộng rãi!

Chắc chắn là chúng ta đã từng chứng kiến hay ngay cả bản thân mình là người đã từng rủ bạn bè hay gia đình đến một quán cà phê nào đó vì đã nghe một ai đó hào hứng kể cho chúng ta nghe về những gì đặc biệt ở quán đó. Chúng ta đến đó và thực sự ấn tượng về những gì đó người quen kia đã kể hay cũng có thể chúng ta không hề ấn tượng và cảm thấy cũng chẳng có gì đáng nói. Dù sao thì ý tưởng về quán cà phê đó đã thâm nhập vào suy nghĩ của chúng ta và một lúc nào đó có thể chính chúng ta lại sẽ kể cho một vài người khác nữa về cái quán đó, dù khen hay chê thì ý tưởng đó cũng đã lây truyền!

Xu thế Marketing Đồng tình và Ý tưởng Lây nhiễm

Nếu được yêu cầu nói ra tên một họa phẩm danh tiếng nhất, có lẽ chúng ta sẽ nhắc đến tác phẩm Mona Lisa của Leonardo Da Vinci. Vì sao chúng ta lại nêu tên tác phẩm đó mà không nhắc đến một tác phẩm nào khác… của một danh họa khác như Picasso, Van Gogh hay… Rừng chẳng hạn? Co thể chúng ta cũng chẳng say mê gì hội hoạ hay Leonardo Da Vinci nhưng vì đó là một tác phẩm quá nổi tiếng và chắc chắn sẽ đạt tỷ lệ đồng ý cao nhất nên chúng ta đã nhắc đến. Da Vinci chắc chắn không hề biết gì về ý tưởng lây nhiễm mà chúng ta đang bàn đến, vậy có ý tưởng lây nhiễm ẩn chứa trong tác phẩm Mona Lisa hay không?

Chất lượng tác phẩm và thời gian đã tự hình thành những câu chuyện chung quanh xuất xứ của tác phẩm này và chính những điều trên đã tạo thành ý tưởng lây nhiễm qua các bài báo, khảo luận hay nghiên cứu về tác phẩm hay tác giả. Tác phẩm là cái nôi và các câu chuyện chung quanh tác phẩm là môi trường sống và phát triển của ý tưởng lây nhiễm.

Nếu chúng ta có dịp ghé qua Bảo tàng viện Louvre ở Paris, chắc chắn 100% là chúng ta sẽ phải ghé qua để tận mắt nhìn thấy tác phẩm này cho dù có mê hội họa hay không. Chúng ta phải xếp hàng, chờ đợi để được tận mắt nhìn vì sao? Rất rõ ràng, để có thể kể lại về những gì ta đã nhìn thấy chung quanh tác phẩm nguyên bản đó, người ta đến xem đông đảo thế nào và bức tranh đó ấn tượng ra sao.

Chúng ta có thể gọi tên hiện tượng này là "The winner takes it all" như tên một bài hát của Abba, hay – " Người thắng làm chủ."tương tự như hiện tượng đã được giáo sư George Kingsley Zipf (1902 – 1950), nhà ngữ văn và giang viên ở Viện Đại học Havard, phát hiện và từ đó được gọi là quy luật Zipf. Ông đã khám phá ta là từ được sử dụng thường nhất trong tiếng Anh được dùng nhiều gấp mười lần từ đứng thứ mười và một trăm lần hơn từ đứng thứ một trăm, một ngàn lần hơn từ đứng thứ một ngàn! Trong kinh doanh, người ta cũng đã nhận thấy hiện tượng tương tự đối với thị phần của các sản phẩm phần mềm, nước ngọt, xe hơi, kẹo và ngay cả với các website và số lượng người truy cập! Là số 1 luôn có lợi thế đặc biệt hơn là số 2, số 10!

Một ý tưởng lây nhiễm sẽ đem lại cho chúng ta khả năng tạo thành hiện tượng tương tự cho ý tưởng, việc kinh doanh, sản phẩm hay dịch vụ của chúng ta. Một ý tưởng lây nhiễm tồn tại và phát triển mạnh hay không là tùy thuộc tốc độ lây nhiễm

- khả năng và sức mạnh lan truyền của các chủ thể lây nhiễm. Nếu ý tưởng lây nhiễm không đạt được tốc độ lây nhiễm và tạo thành dịch, ý tưởng đó sẽ nhanh chóng đuối sức và chết đi. Như đã nói đến ở trên, nếu chúng ta đến một quán cà phê vì những mới lạ đã được nghe kể lại và rồi không nhận thấy những mới lạ được nói đến là gì đó đáng thích thú hay ấn tượng, chúng ta sẽ không thể hứng thú mà kể lại cho những người khác nữa về những gì mình đã trải nghiệm ở quán cà phê đó. Tốc độ lây nhiễm không hình thành, ý tưởng lây nhiễm đó sẽ chỉ là một ý tưởng yểu mệnh. Người phát tán ý tưởng lây nhiễm phải nhanh chóng nhận ra điểm yếu này để kịp thời thay thế ý tưởng yểu mệnh đó bằng một ý tưởng khác có khả năng lây nhiễm mạnh hơn. Không nhanh chóng đạt được tốc độ lây truyền cần phải có, sức mạnh của ý tưởng lây nhiễm không thể hình thành và ý tưởng đó sẽ nhanh chóng suy kiệt rồi chết đi, không đem lại chút lợi ích nào cho người phát tán ý tưởng lây nhiễm.

Ngoài tốc độ cần phải có, ý tưởng lây nhiễm còn cần đến tính thuận lợi để có thể dễ dàng lây nhiễm rộng rãi. Một ý tưởng lây nhiễm cho dù mạnh mẽ thế nào nhưng là một điều khó nói hay cần phải cơ hội thích hợp mới có thể kể lại câu chuyện. Ý tưởng lây nhiễm này không thể nhanh chóng tạo thành tốc độ lây nhiễm cần có để nhân bội sức mạnh và rồi sẽ nhanh chóng đuối sức và chết đi khi chưa thực sự tạo thành được sự lây nhiễm cần có.

Chúng ta có thể dễ dàng hào hứng kể về những kinh nghiệm tuyệt vời mà mình đã trải nghiệm với một sản phẩm hay dịch vụ mà ai cũng có thể sử dụng và thích thú, ví dụ như chiếc xe hay người thợ làm đầu của mình nhưng... nếu đó là một kinh nghiệm mang tính riêng tư và khó nói như dùng thuốc tráng dương hay dịch vụ hồi phục chức năng sinh lý - làm sao chúng ta có thể dễ dàng nói ra những kinh nghiệm quá riêng tư như thế? Khi phương tiện lây nhiễm không thuận lợi, người ta không thể dễ dàng kể ra câu chuyện tuyệt với mà họ có trong đầu, người ta cần phải gặp đúng người, đúng chỗ mới có thể kể ra. Không được lan truyền rộng rãi và tạo thành tốc độ cần có, ý tưởng lây nhiễm sẽ mau chóng lụi tàn rồi biến mất.

Những ý tưởng lây nhiễm thuận lợi kiểu như Yahoo Messenger hay Facebook sẽ tự lây truyền qua việc sử dụng rộng rãi. Chúng ta nên ghi nhận điều này, tính thuận lợi luôn đi đôi cùng tính dễ nhớ. Nếu ý tưởng của chúng ta được trình bày một cách phức tạp và khó nhớ, ý tưởng lây nhiễm đó của chúng ta không thể đạt được tính thuận lợi cần thiết. Đây là một đặc tính quan trọng của một ý tưởng lây nhiễm, không có được tính đơn giản dễ nhớ, ý tưởng lây nhiễm đó không thể có được môi trường thuận lợi để nhân bội sức mạnh lây nhiễm cần phải có để có thể thực sự trở thành một ý tưởng marketing mang tính lây nhiễm hiệu quả.

Eric Raymond, một chuyên viên lập trình không được mấy ai biết đến, đã viết một cuốn sách dưới dạng tiểu luận có tên The Cathedral and the Bazaar (Thánh đường và tiệm tạp hóa). Đó là một tiểu luận được viết với chủ ý tạo thành một ý tưởng lây nhiễm, chủ đề của tiểu luận này là tại sao các ứng dụng mã nguồn mở là quan trọng (những sản phẩm phần mềm miễn phí tương tự như Linux). Raymond không gởi tiểu luận của mình cho báo hay tạp chí chuyên nghành mà đưa lên Internet dưới ba hình thức cùng lúc, văn bản, sách Pdf và sách nói. Raymond cho kink download trong bài giới thiệu để mọi người có thể tải xuống dễ dáng và nhanh chóng.

Chỉ vài tháng sau, hàng mấy chục ngàn người đã tải xuống tiểu luận này của Raymond và anh trở thành một chuyên gia lập trình được nhiều người biết đến. Raymond tập hợp tiểu luận này và một số tiểu luận khác nữa của mình thành một cuốn sách và xuất bản. Cuốn sách của anh gần như ngay lập tức trở thành một trong những cuốn sách bán chạy nhất.

Việc tạo thành ý tưởng lây nhiễm này đã mang lại cho Raymond những lợi ích gì trên thực tế? Khi ý tưởng lây nhiễm của Raymond đã lan tràn, yêu cầu đối với dịch vụ phát triển phần mềm của anh cũng tự động tăng cao và với tiếng tăm có được từ đấy, Raymond trở thành một tác giả sách chuyên ngành được chấp nhận rộng rãi. Ngày nay, Raymond là một chuyên gia lập trình nổi tiếng với hàng chục phần mềm miễn phí và sách nổi tiếng.

Cuối năm 2005, một bài hát tiếng Pháp mang tên Bonjour Vietnam do nhạc sỹ Marc Lavoine sáng tác đặc biệt cho ca sỹ người Bỉ gốc Việt Phạm Quỳnh Anh. Vào lúc đó, đĩa hát này chưa được phát hành nhưng vì lý do nào đó đã có người có được và tung lên mạng Internet. Bài hát nói về tâm trạng hướng về quê hương của một cô gái gốc Việt này đã nhanh chóng lan tràn trên các trang web của công đồng người Việt trên khắp thế giới, trở thành nổi tiếng và hai cái tên Marc Lavoine và Phạm Quỳnh Anh trở thành quen thuộc với hầu hết người Việt Nam trên toàn thế giới.

Vào đầu năm 2007, cư dân mạng Việt nam trong và ngoài nước đã xôn xao về một tự truyện của blogger hakinkin. Giữa năm 2007, cuốn tự truyện Chuyện tình New York được xuất bản và hakinkin trở thành một hiện tượng của làng văn học Việt Nam. Bản thân Hà Kin chắc không hề có chút ý niệm gì về ý tưởng lây nhiễm nhưng tự thân câu chuyện cô kể trên blog của mình đã chuyển mình thành lây nhiễm và rồi lan truyền nhanh và rộng trên mạng Internet. Chỉ trong vòng chưa đầy nửa năm, Hà Kin đã nghiễm nhiên trở thành một nhà văn gây được sự chú ý lớn trong giới độc giả. Có thể Hà Kin sẽ không có được một cuốn sách nào nữa đáng chú ý nhưng chỉ một cuốn Chuyện tình New York chuyển mình thành ý tưởng lây nhiễm này đã đưa Hà Kin trở thành một nhà văn được chú ý. Ý tưởng lây nhiễm đã lan truyền mới là điều quyết định, hay dở không thành vấn đề!

Ý tưởng lây nhiễm không phải lời truyền miệng

Hãy thử nghĩ xem, hơn mười năm trước đây, chúng ta vẫn thường liên lạc, gặp gỡ hay điện thoại với bao nhiêu người? Có thể là mười hay vài ba chục trong các mối quan hệ cá nhân và khoảng vài chục hay một trăm trong các mối quan hệ công việc, đúng chứ?

Ngày hôm nay, chúng ta đang thường liên hệ với bao nhiêu người? Hãy nghĩ xem, chúng ta có bao nhiêu số điện thoại lưu trong máy di động của mình? Trong danh sách email của chúng ta có bao nhiêu người nữa? Trong messenger list thêm bao nhiêu? Nếu chúng ta có một website cá nhân, thêm bao nhiêu người nữa? Số người mà chúng ta quen biết hay giao tiếp trong ngày hôm nay chắc chắn phải cao hơn trước kia nhiều lần.

Chưa kể đến những mối quan hệ bất ngờ khi chúng ta có một địa chỉ mail hay messenger. Có những người quen đã nhiều năm không gặp nay vô tình có được địa chỉ mail hay messenger của chúng ta và các mối quan hệ đã không còn nay lại có cơ hội sống lại. Còn những người khác nữa được giới thiệu tới chúng ta qua một người thứ ba hay ngay cả thứ tư, thứ năm hoặc chỉ đọc được ở đâu đó địa chỉ mail của chúng ta không chừng. Với Internet, các mối quan hệ của chúng ta dường như cứ mở rộng mãi không ngừng. Các mối giao tiếp càng mở rộng, con đường lây nhiễm càng thông thoáng. Đó chính là lý do tạo thành hiệu lực mạnh mẽ đến không ngờ cho các ý tưởng lây nhiễm trong thời đại Internet.

Nếu vậy, có gì khác biệt giữa sự lan truyền ý tưởng lây nhiễm và lời truyền miệng hay đồn đại? Điểm khác biệt rõ ràng nhất là ở tốc độ lan truyền. Nếu chúng ta thích thú một cuốn sách, chúng ta có thể nói về cuốn sách đó với năm, ba, hay mười người bạn của mình nhưng những người bạn đó không chắc đã kể lại những gì đã nghe từ chúng ta cho những người khác nữa. Họ đâu đã đọc cuốn sách đó để có thể thực sự thích thú rồi lan truyền? Chưa đọc, chưa ấn tượng, nên hiếm khi họ sẽ kể lại với những người họ quen biết. Nếu chúng ta nói về cuốn sách đó quá hay và ấn tượng thì họ cũng chỉ tìm mua hay hỏi mượn chúng ta cuốn sách đó! Những lời truyền miệng hay đồn đại thường nhanh chóng tàn đi bởi không nhân bội được sức mạnh bằng số lượng.

Trong lúc đó, ý tưởng lây nhiễm hoàn toàn khác, một khi đã lây lan là sẽ lan tràn thật nhanh và thật xa qua sự hỗ trợ của mạng Internet. Trên mạng, chúng ta hoàn toàn có khả năng kể lại câu chuyện cùng lúc với cả trăm hay cả ngàn người. bởi cùng lúc lây nhiễm đến một số lượng lớn người một cách nhanh chóng, ý tưởng lây nhiễm cũng sẽ nhanh chóng lớn mạnh và lan tràn.

Lời truyền miệng cũng có thể đạt được hiệu ứng tương tự tuy tốc độ và sự lây lan là không thể so sánh bằng và yêu cầu là phải có được người lan truyền đúng. Chủ thể lây nhiễm đó phải là người được tin tưởng về đề tài được lan truyền và người đó cũng phải có một vị thế đúng để có thể kể với thật nhiều người trong một thời gian thật ngắn.

Người phụ nữ nổi tiếng Oprah Winfrey là một trường hợp khác của ý tưởng lây nhiễm không phát tán thông qua mạng Internet. Với chương trình trò chuyện truyền hình Oprah Winfrey Show nổi tiếng có số lượng người xem đạt đến cả triệu người, bản thân Oprah Winfrey đã là một nguồn lan truyền cực lớn, một chủ thể lây nhiễm cực mạnh.

Chúng ta đang sống ở đỉnh cao của thời đại truyền thông và vì thế luôn bị tràn ngập bởi đủ loại thông tin. Một nhu cầu mới hình thành cùng với sự phát triển hết mức của thế giới truyền thông, người ta luôn muốn và cần phải biết, phải theo kịp những gì mới nhất, hấp dẫn nhất, đang hình thành trong xã hội, trên thế giới. Từ nhu cầu này, sức mạnh của các ý tưởng lây nhiễm được mở rộng đến những mức độ mới hơn nữa.

Cuộc chơi kẻ thắng - người thua đã đến hồi kết thúc

Quảng cáo truyền thông là một cuộc chơi mà trong đó có người thắng và có kẻ thua. Khi một sản phẩm đạt được sự chú ý của một nhóm đối tượng tiềm năng, công ty sản xuất sản phẩm đó đã thắng và giành được thị phần tâm trí trong lúc các đối tượng tiềm năng đã thua vì đã phải trả giá bằng chính thời gian của họ! Khi một người chú ý lắng nghe hay xem một quảng cáo hấp dẫn, người này đã trả giá bằng thời gian của mình vì không hẳn đã nhận được những thông tin thực sự hữu ích cho cuộc sống của họ. Đó là mô hình hoạt động kinh tế không còn hợp thời.

Marketing Đồng tình hay Marketing Câu chuyện Lây nhiễm là hoàn toàn khác so với mô hình trên. Cách hoạt động của các chương trình marketing này là tạo thành một cuộc chơi mà cả hai bên cùng thắng. Nếu chúng ta có một ý tưởng giá trị và ý tưởng này được cung cấp miễn phí cho mọi người, bất cứ ai nhận lấy ý tưởng đó đều đã thắng và nhận được một lợi ích nào đó.

Là người tiêu dùng, chúng ta đã thắng khi giới thiệu ý tưởng hay sản phẩm đó cho một người quen biết của mình. Việc giới thiệu này đem lại cho chúng ta uy tín của một người luôn theo kịp với các bước phát triển của thời đại. Người được nghe câu chuyện này cũng nhận được lợi ích bởi chính họ đã biết và có được câu chuyện để kể lại cho những người quan biết của họ và từ đó củng cố được uy tín bản thân. Như chúng ta đã thấy, những blogger hay ngay cả các trang web khác thường đăng lại các bài hấp dẫn của các trang web khác.

Người phát tán ý tưởng, đương nhiên, hưởng lây lợi ích từ việc lan truyền này và từ đó được biết đến rộng rãi hơn và có thể trao đi thêm những ý tưởng khác nữa với số lượng người sẵn sàng đón nhận rộng lớn hơn.

Thị trường quảng cáo ngày nay vẫn phát triển như thời nào không phải vì sức mạnh truyền thông của nó vẫn mạnh mẽ và mang lại lợi ích cho các chủ quảng cáo như trước đây. Người ta vẫn phải quảng cáo, càng lúc càng nhiều hơn và tốn kém hơn, chỉ vì họ không có cách nào khác hơn để lan truyền về sản phẩm hay dịch vụ, hay ý tưởng mà họ muôn nhiều người biết đến. Hơn nữa, đó cũng là một việc phải làm cho dù chúng ta sử dụng hình thức marketing nào đi nữa.

Bill Bernbach, nhà quảng cáo huyền thoại quá cố, đã từng nói về một hình thức marketing mới cần phải có:

"Bạn không thể thuyết phục một người không muốn lắng nghe. Không chỉ vì bạn quảng cáo chán ngắt mà ngay cả những quảng cáo hấp dẫn cũng không thể bán được hàng một khi người ta không chấp nhận lắng nghe!"

Khi các đối tượng không chấp nhận lắng nghe, ý tưởng của chúng ta dù hay dở thế nào cũng vô ích. Chúng ta cần phải cho các đối tượng tiềm năng một lý do xác đáng để họ chấp nhận lắng nghe và rồi tạo thành một môi trường để những người này có thể dễ dàng lan truyền đi những gì nghe được.

***

- III -

CÂU CHUYỆN MARKETING

Tất cả bắt đầu từ một câu chuyện

Mọi chiến dịch marketing, quảng cáo, hiệu quả từ trước tới nay đều bắt đầu từ một ý tưởng, một thông điệp có sức mạnh thuyết phục. Ý tưởng hay thông điệp đó được lan truyền đi - cách này hay cách khác – đều thông qua một câu chuyện mà các đối tượng tiềm năng tự hình thành từ đó và rồi tự kể cho mình và những người chung quanh nghe. Đó là một thực tế mà từ trước tới nay ít người nhận rõ sự thật này. Có lẽ có một số người làm marketing đã ngấm ngầm hiểu là có thực tế này nhưng hầu như không có ai giải thích hay sắp đặt thành một hệ thống có thể tạo thành lợi ích.

Những người làm marketing ngày nay không nên nỗ lực bằng mọi giá để rao truyền về những giá trị hay lợi ích thực tế của sản phẩm hoặc nỗ lực tìm kiếm và truyền thông những giá trị có thể tạo thành niềm tin nơi các đối tượng tiềm năng. Thay vì vậy, hãy nỗ lực để ngầm kể cho họ nghe những câu chuyện có khả năng mở rộng cách nhìn nhận thực tế của các đối tượng tiềm năng. Chúng ta sẽ gợi ý những câu chuyện có tính lây nhiễm hay chúng ta sẽ trở thành người ngoại cuộc với chính ý tưởng marketing mà mình đang nỗ lực truyền thông. Câu chuyện là môi trường phát triển các ý tưởng marketing.

Con người vẫn luôn tự kể cho mình những câu chuyện và rồi kể lại cho những người khác nghe từ rất lâu trước khi những thuật ngữ như marketing, quảng cáo thương mại, quảng cáo thông tin... được khai sinh.

Con người vẫn luôn ghi nhận mọi sự việc xảy ra chung quanh mình. Họ nhìn thấy mặt trời mọc lên mỗi sáng, lặn xuống mỗi tối và rồi sáng tạo nên câu chuyện về Thần Mặt Trời và chiếc xe ngựa kéo. Người ta nhìn thấy những con rùa khổng lồ ở hồ và đã sáng tạo nên câu chuyện thần Kim Quy trả kiếm để rồi cái hồ đó có tên là hồ Hoàn Kiếm! Nguyễn Trãi thấu hiểu mong muốn tiềm ẩn của người dân Việt Nam thời đó và đã sáng tạo nên câu chuyện "Lê Lợi vi Quân, Nguyễn Trãi vi Thần" với những chiếc lá được viết chữ bằng mật lên đó cho côn trùng nhắm thủng thành chữ và đã tạo thành một Lê Lợi, người anh hùng áo vải được nhân dân ngưỡng mộ.

Những câu chuyện giúp cho chúng ta hiểu thế giới này dễ dàng hơn. Những câu chuyện là phương tiện chúng ta có thể dùng để lan truyền đi một ý tưởng, một thông điệp. Không phải những người làm marketing đã sáng tạo ra việc kể chuyện để lan truyền ý tưởng. Họ chỉ hoàn thiện và tạo việc kể chuyện thành một nghệ thuật với mục đích rõ ràng và thiết thực hơn.

Mọi người đã từng và vẫn sẽ kể những câu chuyện không thật. Chúng ta tự kể cho mình nghe những câu chuyện để tự trấn an vì... chúng ta nghi ngại! Chúng ta tự kể cho mình nghe những câu chuyện không thật để có thể sống dễ dàng hơn trong cái thế giới đang càng lúc càng trở nên khó khăn, phức tạp hơn này.

Chúng ta kể những câu chuyện về sản phẩm, về dịch vụ, về bạn hữu, về những người tìm việc, v.v... và nhiều lúc cả về thời tiết nữa. Chúng ta tự kể cho mình nghe những câu chuyện không hoàn toàn thực tế và chúng ta thực lòng tin tưởng là những câu chuyện này sẽ cho phép chúng ta thể hiện và hoàn tất được những gì mong muốn. Chúng ta biết là mình không hề nói hết sự thật với chính mình nhưng hiệu quả của những câu chuyện này lại khiến cho ta chấp nhận và chào đón chúng như những giải pháp cứu chuộc!

Trong hầu hết các trường hợp, chúng ta thực ra đều đang kể các câu chuyện đó cho... chính bản thân. Những người làm marketing, trong trường hợp này, là những người tìm cách tạo thành những câu chuyện không hoàn toàn thật. Những người này nói không hết sự thật với người tiêu dùng vì những đối tượng này không cần và cũng chỉ muốn được nghe những câu chuyện không hoàn toàn thật. Tiện ích mà những người làm marketing trao cho người tiêu dùng là thật, họ chỉ mượn ý tưởng để tạo thành một câu chuyện không thật hoàn toàn nhưng người tiêu dùng chấp nhận và muốn tin vào câu chuyện của họ. Đôi lúc những câu chuyện giúp cho người ta hoàn tất được nhiều hơn, vui sống hơn và... có thể sống lâu hơn! Lý do khiến cho những người làm marketing phải tạo thành và gợi ý những câu chuyện là vì người tiêu dùng muốn vậy. Con người ta vốn vẫn nghe và cũng vẫn thường kể cho mình và người khác nghe những câu chuyện không thật hoàn toàn như vậy.

George Riedel là một người thợ sản xuất vật dụng thủy tinh, một nghệ nhân đời thứ mười của một gia đình nghề truyền thống. George Riedel từng là người tạo nên một câu chuyện marketing tuyệt vời.

Công ty của ông này sản xuất các loại ly uống rượu đủ loại, ly uống cà phê espresso và cả các loại ly uống nước bình thường. Ông và đội ngũ của ông tin tưởng hoàn toàn là phải có những loại ly dành riêng cho từng loại thức uống một.

"Việc truyền tải của một thông điệp 'rượu' về hương và vị của thức uống này, hoàn toàn phụ thuộc vào hình thức của những cái ly. Trách nhiệm của một cái ly là truyền tải đi một thông điệp 'rượu' theo những cách phù hợp với giác quan của con người." Tất cả các câu chuyện về những cái ly chuyên dùng cho rượu của Riedel đều bắt đầu từ tuyên bố trên của Riedel.

Thomas Matthews, tổng biên tập của một tạp chí chuyên đề về rượu đã nói: "Những ai dám liều lĩnh bỏ tiền ra mua và dùng thử các kiểu ly của Riedel đều bắt đầu từ sự hoài nghi và tôi cũng thế, không thể khác." Nhưng sự hoài nghi đó mau chóng qua đi khi Robert Parker Jr., ông vua không ngai của những nhà phê bình rượu, tuyên bố: "Riedel đã tạo ra những cái ly tuyệt vời nhất dành cho việc thưởng thức rượu. Tôi không thể tả được bằng lời những khác biệt do những cái ly của Riedel tạo thành."

Parker và Matthews cũng như hàng trăm người có uy tín về rượu khác hoàn toàn tin tưởng vào sự kỳ diệu mà những cái ly của Riedel có thể mang lại cho hương vị của rượu. Chỉ bằng một niềm tin, Riedel đã có được những người này và đó là những người làm marketing truyền miệng tốt nhất, những chủ thể lây nhiễm thứ thật, mà Riedel đã giành được cho mình. Hàng triệu người uống rượu trên thế giới này đã bị thuyết phục từ đó và cũng tin là các loại rượu ngon đắt giá (cũng như cả các loại rượu rẻ tiền hơn) sẽ có hương vị ngon hơn hẳn khi được phục vụ trong những cai ly chính hiệu của Riedel.

Các cuộc thử nghiệm sau đó ở Châu Âu cũng như ở Mỹ đều cho thấy: các chuyên gia về rượu đều không khó khăn gì trong việc nhận ra sự gia tăng mùi vị của các loại rượu khi được phục vụ với những cái ly chuyên dùng của Riedel so với các loại ly bình thường khác.

Quả là một đột phá. Hương vị của một chai rượu 5 USD, hay 20 USD, hay 200 USD đều gia tăng rõ ràng với những cái ly chuyên dùng của Riedel. Những cái ly Riedel tuy cũng đắt nhưng cũng không đến mức quá đáng và hơn nữa... chúng còn có thể sử dụng nhiều lần một cách thật đáng hài lòng nữa chứ!

Nhưng... khi các cuộc thử nghiệm nghiêm túc và khoa học được tiến hành nhằm xác định sự thật này với các thử nghiệm mù không cho những người tham gia một cơ may nào để có thể nhận biết được hình dáng của các loại ly - không ai có thể nhận ra sự khác biệt về hương vị đã được nhận biết trước kia. Dù được đựng trong một cái ly 1 USD hay một cái ly 20 USD của Riedel cũng vậy, hương vị không hề thay đổi!

Điều gì đã xảy ra?

Vì sao các chuyên gia về rượu đều khẳng định sự vượt trội của hương vị khi rượu được phục vụ với những cái ly chuyên dùng của Riedel trong lúc các nhà khoa học lại chứng minh một thực tế hoàn toàn đối nghịch? Như nhận định của Daniel Zwerdling trong tạp chí Gourmet, lý do làm cho rượu gia tăng hương vị khi được đựng trong những cái ly Riedel là vì người uống đã tin là chúng sẽ ngon hơn Chính niềm tin đã tạo thành sự khác biệt. Chính sự chủ quan đã tạo thành vấn đề. Nếu chúng ta đã tin là bánh Đức Phát ngon hơn bánh Kinh Đô, những cái bánh đó sẽ ngon hơn bởi chúng ta đã tin như thế.

Riedel vẫn bán ra hàng triệu cái ly của mình hàng năm. Ông vẫn bán ly của mình cho hàng triệu người mê rượu phong lưu, những người không thể nói là khờ dại và những người này đã vui thú thưởng thức các loại rượu với cảm nhận là chúng ngon hơn hẳn khi được phục vụ với những cái ly Riedel.

Chính ý tưởng marketing đã tạo thành niềm tin và làm cho hương vị của rượu trở nên đậm đà hơn. Hoàn toàn rõ ràng.

Marketing, dưới hình thức một ly uống rượu đắt tiền và một câu chuyện đi kèm đã tạo thành tác động trên hương vị của rượu hơn hẳn các thùng gỗ sồi hay nút bần, hay một cơn mưa tháng Sáu!... George Riedel đã làm cho hương vị của ly rượu chúng ta uông ngon hơn chỉ bằng cách gợi ý một câu chuyện về cách làm cho hương vị của rượu ngon hơn.

Arthur Riolo là một người kể chuyện thật hay. Là một người bán bất động sản ở một thị trấn nhỏ ở phía bắc New York. Arthur đã bán được rất nhiều nhà - nhiều hơn tất cả các đối thủ cạnh tranh của anh gộp lại. Anh đã làm được như thế bởi anh không hề nỗ lực để bán mà chỉ vui thú kể một câu chuyện về những gì xảy ra chung quanh các ngôi nhà mà anh giới thiệu với khách hàng của mình.

Bất cứ một người môi giới nào cũng có thể sẽ nói với chúng ta về các đặc điểm của ngôi nhà mà họ giới thiệu hay các vấn đề về thuế một khi mua nhà. Arthur không nói những chuyện này. Thay vì vậy, anh mời chúng ta lên xe và chở đi thăm một vòng thị trấn. anh chỉ cho chúng ta xem hết ngôi nhà này đến ngôi nhà khác (những ngôi nhà không hề rao bán), anh kể cho chúng ta nghe về cuộc sống của những người đang ở trong những ngôi nhà đó, về công việc của họ, về việc họ đã có được những ngôi nhà đó như thế nào, tên của các con vật nuôi của những người này, về những dự định của những người này và họ đã phải trả bao nhiêu để có được những ngôi nhà đó. Anh kể cho chúng ta nghe về đủ mọi chuyện của thì trấn, về sự ganh đua ra mặt truyền đợi của những người hàng xóm với những người hàng xóm, về sự phát triển và cái chết gần kề của câu lạc bộ Các bà mẹ, v.v... và v.v... mãi cho đến lúc này, khi đã kể tường tận về môi trường sống chung quanh, anh mới chỉ cho chúng ta xem ngôi nhà mà anh muốn giới thiệu!

Sớm hay muộn thì rồi cũng có lúc chúng ta sẽ mua ngôi nhà do anh giới thiệu. Chúng ta quyết định có thể vì anh đã đi một chiếc xe gia đình đơn giản và cổ lỗ hay việc mọi người trong thị trấn đều thân thiện với anh, hoặc chính vì niềm say mê của anh đối với cộng đồng dân cư đó... dù sao thì rồi chúng ta cũng sẽ mua vì đã được Riolo kể cho nghe một câu chuyện tuyệt vời về cộng đồng dân cư đó.

Bonnie Siegler và Emily Oberman cũng đã từng kể các câu chuyện. Hai người này là những nhà thiết kế đồ họa, họ hoạt động trong một thị trường có thể nói là căng thẳng nhất thế giới này - thị trường New York! Theo họ, thành công của họ chỉ là ngẫu nhiên, Bonnie và Emily điều hành Number 17, một công ty với khách hàng là những tên tuổi như NBC, Sex and the City, Mercer Hotel...

Mọi thứ về công ty thiết kế này, nơi chốn, con người, văn phòng và tính cách đều kể về một câu chuyện và đó là một câu chuyện luôn nhất quán (tính thống nhất xuyên suốt, không mâu thuẫn hay đối nghịch). Đó là câu chuyện về hai người phụ nữ vui tính, hay đả phá thói mê tín, một việc không phải ai cũng dám công khai đả kích. Website của họ chỉ có đúng một trang duy nhất và một số người cho rằng trang Web này có cả những lỗi chính tả không đáng có. Văn phòng của họ nằm sau một cánh cửa không có bảng hiệu, tọa lạc trong một cao ốc không có tên và nằm trong một khu vực không thể nói là bình thường của New York nhưng... một khi bước qua cánh cửa thường đóng kín đó - khách đến đó sẽ bị nhấn chìm trong một bầu không khí thô, nhộn, da diết và vui thú!

Những người mua không chỉ mua có thiết kế của Number 17, họ mua cái cách mà quy trình thiết kế đó đã tạo thành cho họ.

Vậy các mẫu thiết kế này, những ngôi nhà kia hay những ly rượu nọ, có gì chung nhất? Hầu như chẳng có gì, không phải giá, không phải sức tiêu thụ hay gì gì cả. Điều duy nhất những thứ trên có chung là người ta không chỉ mua sản phẩm hay dịch vụ, họ còn mua cả câu chuyện kèm theo sản phẩm hay dịch vụ đó nữa!

Không có gì khó hiểu khi khách hàng của Riolo sẽ kể lại cho những người quen biết của họ nghe về môi trường sống thân thiện và khác biệt chung quanh những ngôi nhà mà họ sẽ mua. Và cũng đương nhiên là khi kể như vậy, quyết định mua của họ càng lúc càng hiện hình rõ rệt hơn. Tác động tự nhiên của câu chuyện là khi những người được nghe kể lại này có ý muốn tìm một căn nhà mới trong thị trấn đó, họ trước hết sẽ nghĩ đến Arthur Riclo. Những người uống rượu cũng không khác, khi họ đã có cái ly uông rượu Riedel, họ sẽ kể cho những người họ mời uống về sự đặc biệt của những cái ly đó. Cho dù không biết rõ họ cũng có thể kể về việc những cái ly đó đã được thiết kế rồi sản xuất thế nào để có được tác động đặc biệt như thế. Tùy theo kiến thức và khả năng của người kể mà câu chuyện sẽ được hình thành. Với những người hay chuyện thì khỏi nói, cho dù không có được một ly Riedel trước mặt thì những người này cũng có thể kể và làm cho những người nghe tự nhiên cảm thấy muốn được thưởng thức rượu với những cái ly chuyên dùng của Riedel!

Những câu chuyện, đó là cách để một ý tưởng lây nhiễm có thể lan truyền và lớn mạnh.

Chúng ta muốn nhiều hơn là chúng ta cần

Tôi vẫn thương ngồi cùng bạn bè nhấm nháp vài chai bia hay ly rượu. Có lần, một người bạn của tôi đã có một câu chuyện thật hay về rượu và hầu như kể từ đó trở đi, nhóm bạn chúng tôi chỉ uống whisky chứ không mấy khi uống cognac nữa.

Tối hôm đó, nhóm chúng tôi đang uống một chai Hennessy thì Nguyễn Nam Trung - người sáng lập các công ty DAS và Stormeye - đến với một chai Chivas Regal. Khi chai Hennessy đã hết, chúng tôi mở chai Chivas và Trung bắt đầu câu chuyện của mình. Trung nói là anh thích whisky hơn cognac và kể cho chúng tôi nghe về hai loại rượu này và các thành phần nguyên liệu tạo thành chúng. Một là rượu ủ lên men bằng nho và một là rượu nấu bằng lúa mì, cả hai có có đặc điểm chung là càng để lâu càng dịu đi và ngon hơn. Lý do Trung thích whisky hơn là hết sức đơn giản và chủ quan, anh thích luôn đi lên, hướng đến những gì cao đẹp và hoàn hảo nên anh thích whisky vì các hạt lúa mì luôn trổ hướng lên cao còn nho lại luôn trĩu xuống đất! Với Trung, whisky ngon hơn vì anh thích, cognac cũng ngon nhưng anh không thích, vì vậy, nếu mua anh sẽ chỉ mua whisky. Đương nhiên, Trung không hề có ý quảng cáo cho whisky hay cho Chivas, anh nghĩ vậy và hào hứng kể cho chúng tôi nghe như vậy.

Những người làm marketing cho Hennessy, Remy hay Martell chỉ marketing về chất lượng sản phẩm của mình với những thực tế như được ủ từ nho của vùng đất nào đó với thổ nhưỡng và khí hậu ra sao, quy trình lên men thế nào… những người làm marketing cho Chivas, Johnny Walker, hay Glenmorangie, Glenfiddich, cũng không khác, chỉ marketing về chất lượng, về cách làm, về nguyên liệu và hương vị. Những người tiêu dùng như Trung với hiểu biết về các thực tế đó sẽ tự hình thành câu chuyện cho mình và truyền rao đi. Đây là một trường hợp ý tưởng lây nhiễm nằm ngoài sự kiểm soát. Nếu câu chuyện trên được truyền rao một cách có định hướng rõ ràng mọi chuyện có lẽ sẽ hoàn toàn khác hẳn.

Trước khi uống người ta đã có định kiến là ngon hơn rồi thì ly rượu hay bia đó buộc phải ngon hơn cho dù chính những người này cũng không thấy bao nhiêu khác biệt khi uống loại rượu này hay một nhãn hiệu bia khác. Khách hàng nào có biết và phân tích được mẫu thiết kế này có những tiêu chuẩn đúng hơn mẫu thiết kế kia đâu, vấn đề chỉ là họ đã tự thuyết phục mình là đúng hay là sai. Vấn đề là người ta thỏa mãn được cái muốn của mình.

Có đáng bận tâm không khi một chiếc Honda giá 100.000.000 và một chiếc xe nhái của Trung Quốc giá 30.000.000 gần như giống nhau hoàn toàn? Có thực là chiếc máy tính xách tay mới của bạn có tốc độ hoạt động nhanh hơn hẳn chiếc máy cũ mà bạn vừa quyết định phải thay? Vì sao người tiêu dùng sẵn sàng trả tiền cao hơn cho những loại rau sạch, những quả trứng được marketing là nuôi trồng trong một môi trường vô trùng khi không thể kiểm chứng được điều này?

Thực tế không tạo thành vấn đề. Việc một thứ gì đó có tốt hơn, chạy nhanh hơn hay gì gì đó hơn cũng không tạo thành bao nhiêu ảnh hưởng. Điều tạo thành vấn đề chính là những gì mà người tiêu dùng tin tưởng và muốn tin tưởng.. Họ đã tin là phải sử dụng một chiếc SH thứ thật mới là đáng thì chẳng thực tế nào có thể làm thay đổi niềm tin này của họ. Có một điều may mắn cho những người làm marketing là những niềm tin chủ quan này cũng luôn thay đổi theo thời gian, theo xu hướng. Đó chỉ là những niềm tin nhất thời và những người làm marketing khôn ngoan có thể tạo ra một xu hướng và tác động làm cho người tiêu dùng tin vào những gì mình truyền rao rồi kể lại những câu chuyện họ tự hình thành.

Trước đây giá cả là điều tạo thành sự khác biệt. Sản xuất ra những sản phẩm, dịch vụ, tốt hơn với giá rẻ hơn là con đường vững vàng để phát triển và lớn mạnh. Ngày hôm nay, mọi việc đã thay đổi. Có vô số người có thể sản xuất ra một thứ gì đó rẻ hơn là chúng ta có thể và việc chúng ta cung ứng một sản phẩm hay dịch vụ tốt hơn với giá rẻ hơn chỉ là một lợi thế không có gì bảo đảm cho thành công chắc chắn sẽ đến.

Việc người tiêu dùng ngày nay sẽ mua những gì họ muốn chứ không phải những thứ họ cần đã mở ra một vùng đất hoạt động mới cho những người làm marketing. Nhu cầu là thực tế và khách quan. Cái muốn là phi thực tế và chủ quan. Việc chúng ta bán một thứ gì đó cho một ai đó, doanh nghiệp hay người tiêu dùng, không là vấn đề - con đường để phát triển và lớn mạnh là thỏa mãn những gì mà người ta muốn chứ không phải những gì mà họ cần như ngày nào nữa. Đương nhiên, cái mà chúng ta cung cấp phải thực sự thỏa mãn được cái muốn này chứ không thể chỉ là có vẻ thỏa mãn được.

Tự kể cho mình một câu chuyện không thật

Vì sao con người lại phải tự dối mình và những câu chuyện không thật đó có tác động gì đối với cuộc sống luôn bị tràn ngập bởi thông tin của người tiêu dùng ngày nay?

Người ta phải tin vào những câu chuyện bởi họ buộc phải tin như vậy. Chúng ta tự kể một câu chuyện không hoàn toàn thật với mình về những gì chúng ta dự định thực hiện, những gì chúng ta dự định mua. Người tiêu dùng muốn sở hữu những thứ mà họ tin là sẽ giúp họ tiết kiệm được thời gian hay làm cho họ có vẻ giàu hơn, sang trọng hơn hay đẹp hơn, khôn ngoan hơn. Không một người làm marketing nào có thể hiểu rõ được những điểm nhấn tinh thần này hơn bản thân người tiêu dùng. Tự thâm tâm, trước khi quyết định mua, người tiêu dùng đã tự kể cho họ nghe một câu chuyện để tự giải thích và xác định là sản phẩm mà họ mua sẽ đáp ứng được những nhu cầu của bản thân họ.

Các đôi giày thể thao đế mềm đã là mode trong giới trẻ hiện nay. Một đôi giày xịn với thương hiệu Adidas hay Puma đắt giá đang là niềm mơ ước của nhiều người trẻ ngày nay. những đôi giày hàng hiệu đắt tiền đó được mơ ước bởi chúng là những đôi giày đắt tiền và không phải ai cũng có khả năng sở hữu những đôi giày êm ái đó.

Một người trẻ quyết định sẽ mua cho mình một đôi giày Puma có giá cả triệu đồng có bận tâm gì đến chất lượng của các miếng bảo vệ, hay đế giày, của đôi giày hàng hiệu đó không? Không, hoàn toàn không. Người trẻ này chỉ bận tâm đến việc mình có dáng vẻ tuyệt vời thế nào với đôi giày đó dưới chân. Anh ta dự kến cuộc sống sẽ được cải thiện ra sao khi những người chung quanh thán phục khi nhìn thấy mình đi đôi giày đắt tiền đó. Anh mê đắm với ý nghĩ mình thực sự là một người trưởng thành có khả năng sắm cho mình một thứ đắt tiền như vậy. Nói cách khác, người này đã tự kể cho mình nghe một câu chuyện... không hẳn đã là sự thật nhưng anh ta tin tưởng.

Người trẻ này đã mua đôi giày đắt tiền đó vì chính bản thân sản phẩm. Đó không chỉ là một đôi giày thể thao vài trăm ngàn mà là một đôi Puma cả triệu đồng. Người này hoàn toàn có thể mua một đôi giày giống hệt với giá chỉ bằng 1 phần 5. Điều mà người làm marketing đã bán cho người trẻ này là một câu chuyện làm cho anh ta cảm thấy mình là đặc biệt khi sở hữu đôi giày đắt giá đó. Những câu chuyện (không phải hình dáng hay tiện ích) là điều sẽ lan truyền.

Đừng lầm lẫn - điều này đã xảy ra không do ngẫu nhiên mà do Puma đã nỗ lực để gợi ý cho người tiêu dùng một câu chuyện về mode, về việc được thuộc về một nhóm người nào đó, về thời trang - và Puma đã xây dựng việc kinh doanh của mình quanh khả năng lan truyền của câu chuyện này.

Những câu chuyện tuyệt vời làm cho marketing thành công vì chúng có khả năng lôi cuốn trí tưởng tượng của phần lớn những người nghe hay các đối tượng tiềm năng quan trọng.

Câu chuyện marketing là một câu chuyện thật. Thật vì câu chuyện đó luôn chuyên nhất và đáng tin chứ không thật vì đó là thực tế. Người tiêu dùng là những bậc thày trong việc đánh hơi ra sự không nhất quán và không một người làm marketing nào có thể an tâm ngồi đó rung đùi với một câu chuyện chỉ mang tính nhất thời của mình.

Khi Công ty Hóa phẩm Quốc tế ICC (International Chemicals Co. – International là tên của công ty hóa phẩm này) xây dựng câu chuyện không thật của mình như một công ty hóa phẩm quốc tế với các chuyên gia quốc tế, sản phẩm của họ đã không thể nhất quán với câu chuyện và mọi chuyện nhanh chóng tàn phai.

Những câu chuyện marketing là một lời hứa hẹn. Dù hứa hẹn sự vui thú hay tiền bạc, sự an toàn hay chỉ đơn giản là một gợi ý thì lời hứa hẹn đó cũng phải đặc biệt. Lời hứa hẹn không chỉ phải rõ ràng, táo bạo hay tuyệt vời mà phải là đặc biệt để có thể hấp dẫn người ta lắng nghe.

Những câu chuyện marketing là đáng tin. Trong thời đại ngày nay, niềm tin là một điều quý hiếm. Chẳng còn mấy ai tin tưởng vào một ai đó khác. Làm sao có thể tin là cô gái đẹp và sang thế kia lại đang ngồi một mình uống rượu, chắc lại chỉ là một chiêu marketing của hãng rượu mà thôi. Làm sao có thể tin là cô gái nhỏ bé dễ thương kia đang nói về một loại nước rửa chén chỉ vì quá hài lòng. Chúng ta không thể kể câu chuyện của mình thành công một khi người nghe không tin tưởng và chấp nhận nghe câu chuyện của chúng ta.

Thật bất ngờ khi biết được thực tế là những người làm marketing càng nói ít bao nhiêu thì câu chuyện của họ là càng có sức mạnh và đáng tin bấy nhiêu. Những người làm marketing có kinh nghiệm hiểu rằng các đối tượng tiềm năng sẽ tự kể cho họ nghe câu chuyện không thật mà họ muốn nghe. Bởi vậy, chỉ nên gợi ý rồi để yên cho họ (và cả phần còn lại) tự vẽ ra những kết luận sẽ hiệu quả hơn là vạch sẵn một con đường rõ ràng cho họ.

Những câu chuyện hay đem lại cho người tiêu dùng một thời điểm bùng nổ của câu chuyện. Những ấn tượng bất ngờ có sức mạnh hơn hẳn những định ý được sắp đặt cho chúng nhiều lần. Những câu chuyện thật sự tuyệt vời không cần đến những cuốn sổ giới thiệu in 36 trang màu hay một cuộc trò chuyện mặt đối mặt. Những câu chuyện đó nói theo giọng điệu mà người tiêu dùng muốn nghe và diễn biến đúng theo dự kiến mà người tiêu dùng đang nhắm tới. Một là người ta sẵn sàng lắng nghe, hai là họ sẽ không nghe gì cả!

Những câu chuyện marketing không phản ảnh thực tế mà tập trung vào những cảm nhận của người tiêu dùng. Người ta có thể yêu hay ghét một ai đó, một sản phẩm nào đó chỉ qua một cái nhìn. Thiết kế của một chai Coca nói với người tiêu dùng nhiều điều mà các loại chai nước ngọt khác không làm được. Chúng ta có thể gọi đó là cái "duyên ngầm" của Coca-Cola nhưng có một điều quan trọng ở đây - một câu chuyện marketing đúng sẽ tạo thành cái "duyên ngầm" đó cho sản phẩm hay dịch vụ được truyền thông.

Câu chuyện marketing hiệu quả không thể là một câu chuyện được may đo cho số đông. Con người, nói chung, là những người khác nhau và thật khó mà thỏa mãn cùng lúc được tất cả. Người ta có có quá nhiều quan điểm sống và những nhu cầu đa dạng khác nhau. Nếu chúng ta đo cắt câu chuyện với quá nhiều gợi ý nhằm thỏa mãn được số đông, câu chuyện của chúng ta sẽ không hấp dẫn được một ai!

Câu chuyện của chúng ta gợi ý phải là một câu chuyện được xây dựng đặc biệt cho một nhóm đối tượng tiềm năng duy nhất. Khi câu chuyện của chúng ta đúng, nhóm người này sẽ bị ấn tượng và tự nhiên lan truyền câu chuyện của chúng ta đi với nhiều phiên bản khác nhau nhưng luôn nhất quán với những gì được gợi ý mà họ đã nhận được. nếu những gợi ý của chúng ta không phù hợp với nhận thức của nhóm đối tượng mục tiêu hay với thực tế thị trường. Sự mâu thuẫn sẽ tự động hình thành trong suy nghĩ của nhóm đối tường mục tiêu và ấn tượng đầu tiên mà những gợi ý của chúng ta đã tạo được sẽ nhanh chóng lụi tàn. Nếu chúng ta mở một nhà hàng ở một địa điểm hoàn toàn thuận lợi nhưng với một thực đơn không tốt, chúng ta sẽ thất bại. Nếu phòng tranh của chúng ta là một tập hợp những tác phẩm tuyệt vời nhưng chúng ta không có được những người giới thiệu có nghề, chúng ta sẽ thất bại. Người tiêu dùng rất nhạy bén và họ sẽ nhanh chóng nhìn thấy sự không hết lòng của chúng ta với ý tưởng marketing của mình.

Những câu chuyện marketing tốt không bao giờ ra vẻ dạy dỗ người tiêu dùng về những gì mới mẻ. Chúng chỉ gợi lên những gì người tiêu dùng sẽ tin và cho họ cảm nhận là họ khôn ngoan và đúng đến thế nào.

Nên kể câu chuyện của mình thế nào

Lúc này là 5 giờ 30. Tôi đang ngồi chờ vợ đi làm về. Chuông điện thoại reo vang. Liếc nhanh lên màn hình hiển thị số gọi đến, đó là một số điện thoại lạ. Tôi nhận cuộc gọi và nghe thấy tiếng một cô gái tự giới thiệu là người của một trung tâm huấn luyện gì đó. Trong đầu tôi bắt đầu hình thành một câu chuyện về mình, về cô gái đang nói kia và về cái trung tâm nào đó.

Câu chuyện không thật mà tôi kể cho mình là một câu chuyện không mấy dễ chịu. Đó là một cuộc độc thoại của ai đó đang tìm cách đánh cắp đi chút ít thời gian rỗi rãi của tôi. Ai đó đang tìm cách dẫn dụ tôi, muốn thỏa thuận với tôi theo cách nào đó mà với tôi, vào lúc này, là không hoàn toàn trung thực. Tôi tự nhắc nhở mình rằng nếu nghe tiếp là chấp nhận cho cô gái kia ghi nhận tên của mình vào danh sách khách hàng của họ và rồi mình sẽ nhiều lần nữa bị họ tìm cách giành lấy chút thời gian quý giá của mình. Tuy vậy, để xác nhận những gì đang suy nghĩ, tôi vẫn nghe tiếp.

Câu chuyện tôi vừa kể với mình nhanh chóng được xác nhận. Cô gái bắt đầu giới thiệu về những khóa học và những điểm đặc sắc của trung tâm huấn luyện kia. Đúng như câu chuyện mà tôi đã tự kể cho mình - cô gái đang cố gắng nói với tôi để bán hàng.

Tôi không thể thích thú nhưng đã lỡ và để xác nhận thêm một lần nữa câu chuyện của mình - tôi im lặng chờ đợi thay vì cắt ngang. Cô gái vẫn nói đều đều, không ngừng nghỉ, có lẽ cô đang đọc một bản thoại thuộc lòng nào đó thì đúng hơn. Cô bán hàng này đã không làm tốt một chút nào công việc của mình. Giọng nói của cô không thật chút nào dù đã cố chen những tiếng cười như là vui vẻ vào. Tôi vẫn nghe nhưng thực ra không khác gì đã ngắt máy. Nếu một người bán hàng muốn kể cho chúng ta nghe một câu chuyện của họ theo cách đó, hầu như chẳng một ai trong chúng ta muốn nghe.

Seth Godin, có kể lại câu chuyện sau:

"Hai mươi năm trước, từ lâu trước khi việc mua sắm qua mạng bắt đầu, một đồng nghiệp ở Boston yêu cầu tôi ghé qua Kiehl's Since 1851, một cửa hàng mỹ phẩm có lẽ không mấy ai biết đến ở Manhattan. Cô bạn này cho biết ở cửa hàng này có một loại kem dưỡng da đặc biệt mà cô đang cần. Chiều lòng cô bạn, tôi đã bỏ công ghé qua đó để mua cho cô loại mỹ phẩm dưỡng da đó.

Tôi đến cửa hiệu hoàn toàn xa lạ đó mà trong lòng thắc mắc tại sao lại có người tốn công, tốn sức, để có được một loại kem dưỡng da chỉ có ở tận đây, cách xa nơi cô ta sinh sống hàng mấy trăm dặm đường?

Điều đầu tiên mà tôi nhìn thấy khi bước vào cửa hiệu bé nhỏ đó là một chiếc xe gắn máy Ducati và một mô hình máy bay thể thao. Lúc này tôi còn thắc mắc hơn nữa. Tại sao những những thứ không thể nói là không đắt tiền này là để ở đây, trong một cửa hàng mỹ phẩm, như một kiểu trưng bày? Chúng nào có dính líu gì đến mỹ phẩm hay kem dưỡng da?

Phần còn lại của cửa hàng nhỏ bé này cũng đáng chú ý không kém. Những tấm ván sàn thô kệch xù xì như đã có từ cả trăm năm trước nhưng nhân viên bán hàng thì không thể chê vào đâu được. Một đội ngũ được huấn luyện tốt đến mức tôi không thể nào nghĩ là một cửa hàng mỹ phẩm tương tự lại có thể có được. Một người mỉm cười chào tôi một cách thân mật và hỏi xem có thể giúp tôi được gì không? Tôi cho cô ta biết tôi muốn mua loại kem dưỡng da đó nhưng cũng muốn xem qua các mặt hàng trưng bày ở đây đã. Cô ta mỉm cười nói tôi cứ tự nhiên và nhắc tôi hãy tìm sản phẩm theo các bảng hướng dẫn được ghi rõ trên các kệ tủ. Tôi thật sự kinh ngạc khi nhìn thấy các nhãn hàng được ghi thông tin chi tiết đặc nghịt và mỗi một mặt hàng đều được trưng bày theo những cách khác nhau, thật ngăn nắp và đáng yêu! Tất cả như cùng lớn tiếng nói với chúng ta thật rõ ràng, đây là công việc của một cá nhân, một con người bằng xương, bằng thịt, rõ ràng chứ không phải là một tập thể nào đó.

Chỉ có thể là một cá nhân nào đó mới có thể phí phạm không gian kinh doanh cho niềm vui cá nhân của mình với chiếc xe Ducati và mô hình máy bay thể thao kia. Chỉ có thể là một cá nhân mới có thể tỉ mỉ đến thế với các công thức, nhãn hàng, và mọi thứ mới có thể đi theo cùng một hướng như thế được. Trong một chốn thị trường đầy rẫy những đối thủ cạnh tranh hầu như tương tự với nhau, nơi này đúng là một nơi đáng tin cậy - mỹ phẩm đáng tin cậy do một người có lòng quan tâm hết sức chu đáo đối với sản phẩm của mình tạo thành.

Cửa hiệu đó còn vô số những thông tin khác nữa lấp đầy gần như mọi chỗ trống. Những bài tường thuật chi tiết về các cuộc thử nghiệm trên loài vật và các cuộc đua xe gắn máy, về những người sáng lập và cả về các khách hàng của cửa hiệu. Giá cả thì cao đến mức đáng cười trong khi các chai đựng là một thứ chai lọ tôi chưa từng thấy ở đâu hay với bất cứ một loại sản phẩm nào được bày bán ở những nơi khác (rõ ràng là những thứ tự làm lấy và mãi cho đến ngày nay chúng vẫn là những thứ tự làm lấy đó). Tôi mua cho người đồng nghiệp loại kem dưỡng da mà cô yêu cầu và cũng không quên mua thêm cho chính mình một số kem cạo râu và cho vợ tôi một vài loại xà bông khác nữa. Và như mọi nhà sản xuất mang tính gia đình khác, họ nài nỉ để được tăng thêm cho tôi một số mẫu hàng và sản phẩm.

Không phải tôi là người duy nhất đã nếm trải những kinh nghiệm thích thú kể trên - ngày nay Kiehl's Since 1851 là một thương hiệu được ưa chuộng và phổ biến. Sản phẩm của họ được bán trong các cửa hiệu riêng ở khắp nơi trên thế giới và có doanh số nhiều triệu USD hàng năm với tỷ lệ lợi nhuận cao. Một câu chuyện có sức khuất phục. Thật dễ dàng để tin vào những gì không thật mà ta tự kể cho mình. Thật dễ tin là khách hàng của Kiehl's Since 1851 sẽ thực sự sốc khi phát hiện ra là ông khổng lồ của ngành mỹ phẩm Estée Lauder đã sở hữu thương hiệu này từ nhiều năm qua!

Thương hiệu này có thực xứng với cái giá quá cao mà họ định không? Nếu so sánh với giá trị nguyên liệu mà họ dùng để sản xuất thì hoàn toàn không nhưng khách hàng sẵn sàng trả thêm cho cái kinh nghiệm mua mà họ không có được ở đâu khác cũng như cho những cảm nhận mà họ thích thú - không có chỗ cho những suy nghĩ thực tế ở đây!

Kiehl's Since 1851 có phải là một sản phẩm dành cho số đông không? Đến lúc này thì vẫn chưa. Chỉ có một số người với một quan điểm riêng mới nhận diện ra Kiehl's Since 1851 và rồi yêu thích câu chuyện do tự họ đặt ra để kể cho mình và rồi lan truyền câu chuyện đó đến những người chung quanh họ. Những ai nghĩ rằng mỹ phẩm phải vừa túi tiền và phổ biến, những người này không thể nhận diện ra Kiehl's Since 1851. Với những ai muốn tìm một thứ mỹ phẩm nào đó đặc thù, độc đáo và phi truyền thống, câu chuyện về Kiehl's Since 1851 sẽ rung lên với những cung bậc cao nhất trong tim, trong suy nghĩ của họ.

Điều đáng nói là Kiehl's Since 1851 không hề dự định kể ra câu chuyện của mình để tạo thành hiệu quả kinh doanh. Thương hiệu này chỉ đơn giản là kết quả công việc của một con người có phong cách riêng và may mắn cho ông ta, câu chuyện của ông lại phù hợp với thế giới quan của những ai đến với cửa hiệu của ông. Nói khác đi, Kiehl's Since 1851 không làm marketing hay quảng cáo gì cả mà là khách hàng của họ đã tự động làm thay cho họ. Kiehl's Since 1851, qua công việc của mình, chỉ gợi ý qua cách trưng bày sản phẩm, tiếp đãi, và khách hàng của Kiehl's Since 1851 đã tự kể ra những câu chuyện không hoàn toàn thật cho chính mình rồi thích thú lan truyền cho những người quen biết chung quanh.

Cũng tương tự, hơn hai mươi năm trước đây, chẳng mấy ai biết đến cái tên Đức Phát ngoại trừ một số người cư ngụ chung quanh khu vực Quận 10, 11, Thành phố Hồ Chí Minh. Với những người này thì Đức Phát chỉ đơn giản là một tiệm bánh nhỏ với nhiều mặt hàng giá cả phải chăng. Mười lăm năm trước, Đức Phát mở ra thêm một số tiệm ở các vùng khác nữa trong thành phố, họ vẫn chỉ là một hiệu bánh với nhiều loại bánh ngon, giá rẻ. Vào lúc đó, câu chuyện mà người tiêu dùng tự kể cho họ và những người chung quanh nghe vẫn chỉ đơn giản đó là một tiệm bánh gia đình đã làm giàu bằng chính tay nghề làm bánh của mình. Nhưng rồi đến cuối những năm 1990, mọi chuyện bắt đầu thay đổi khi thương hiệu bánh Kinh Đô xuất hiện với siêu thị Savico-Kinh Đô và những cửa hàng bánh to lớn, sang trọng và đẹp mắt. Đức Phát lúc này cảm nhận được áp lực cạnh tranh, họ cũng buộc phải đua theo đối thủ của mình với hàng loạt các hiệu bánh khổng lồ. Đức Phát lúc đó hầu như không có chiến lược marketing nào cụ thể ngoài quảng cáo trên các phương tiện truyền thông và mở ra các cửa hàng to lớn để ganh đua với Kinh Đô và tạo thành một hình ảnh cho mình.

Câu chuyện của những người yêu thương hiệu Đức Phát cũng thay đổi theo. Hình ảnh ông chủ Kao Siêu Lực nghèo khó ngày nào trở thành biểu tượng niềm tin cho chất lượng của bánh Đức Phát. Vợ chồng đã tần tảo ra sao, rồi có được một hiệu bánh nhỏ thế nào và từ đó đã trở thành một đại gia ngày nay ra sao. Tất cả những câu chuyện nửa thật, nửa thêu thùa đó, được lan truyền và Đức Phát tiếp tục phát triển với những cửa hàng bánh lớn hơn, sang trọng hơn nữa.

Đến năm 2007, mọi chuyện lại một lần nữa thay đổi khi gia đình ông Kao Siêu Lực đổ vỡ và hai ông bà đưa nhau ra tòa ly dị. Câu chuyện trên được báo chí lan truyền và mọi người vẫn yêu mến Đức Phát tự nhiên phải hình thành một câu chuyện mới cho mình để có lý do tiếp tục trung thành với thương hiệu bánh mà họ vẫn tin dùng từ bao năm qua khi lúc này bỗng có thêm một thương hiệu Đức Phát nữa để chọn lựa - ABC Bakery, thương hiệu mới của riêng ông Kao Siêu Lực.

Marketing không phải là bịa đặt

Những người làm marketing chỉ là những người dựng nền cho một câu chuyện. Chính người tiêu dùng mới là những người đặt ra câu chuyện để tự dối mình. Là người tiêu dùng, hàng ngày, chúng ta vẫn tự dối mình. Chúng ta tự dối mình về những gì chúng ta mặc, chúng ta ăn, về những hành động đã qua hay sắp đến. Những người làm marketing thành công chỉ là những người cung cấp những gợi ý mà người tiêu dùng chọn lấy để tin.

Mọi người đã vì niềm tin của mình mà tự đặt ra một câu chuyện không thật để kể cho mình và rồi thích thú lan truyền câu chuyện của mình cho những người quen biết quanh mình. Bởi họ tin và muốn củng cố niềm tin của mình nên đã kể và cũng vì vậy mà nỗ lực hành động cho niềm tin đó thực sự trở thành hiện thực. Một câu chuyện tốt (do người làm marketing hay người tiêu dùng khởi động không phải là vấn đề - như trong trường hợp Đức Phát ở trên) sẽ tạo thành sự thỏa mãn cả về tinh thần cũng như vật chất cho người sản xuất, người làm marketing hay người tiêu dùng. Câu chuyện đó sẽ là động lực tạo thành lợi nhuận và phát triển cùng với tương lai của một sản phẩm, một thương hiệu. Một câu chuyện không tốt sẽ không thể tồn tại, có thể tạo thành những tác động nhưng rồi sẽ nhanh chóng tàn đi chứ không sống và phát triển như một câu chuyện tốt.

Những câu chuyện marketing tốt bắt đầu từ một thông điệp với những gợi ý trung thực. Người làm marketing sắp đặt để trao những thông điệp đó đi và người tiêu dùng từ những gì nhận được đó hình thành nên một câu chuyện cho mình và cho những người quen biết của mình. Đó là những câu chuyện không thật nhưng lại hoàn toàn thực tế đối với niềm tin của người tiêu dùng. Sức mạnh của các câu chuyện marketing là ở chỗ chúng tạo thành niềm tin. Trong thế giới ngày nay, niềm tin là một thứ quý hiếm và nếu chúng ta được tin tưởng, chúng ta có thể bán được bất cứ thứ gì với niềm tin mà người tiêu dùng đã trao cho chúng ta. Những câu chuyện tạo thành niềm tin chính là những môi trường đầy dưỡng chất cho các loại ý tưởng lây nhiễm sống và phát triển. Không có câu chuyện, không có niềm tin, những ý tưởng lây nhiễm không thể tồn tại.

Tác động làm cho rượu ngon hơn khi được phục vụ trong những cái ly chuyên dùng của George Riedel là hoàn toàn có thật bất kể đến những nghiên cứu khoa học cho thấy kết quả trái ngược. Những cái ly đẹp, chất lượng và đắt tiền hơn của Riedel đã làm cho rượu đựng trong những cái ly đó trở nên ngon hơn trong nhận thức của người tiêu dùng. Cũng tương tự, với đôi giày Puma dưới chân, những người mang nó sẽ thực sự cảm thấy mình đẹp hơn, giá trị hơn và tự tin hơn. Lợi ích của những sản phẩm này đối với người sử dụng là không thể chối cãi. Nếu một đôi giày Puma hay một chiếc Porsche Cayenne không thực sự tốt hơn, chất lượng hơn (cho dù không gấp nhiều lần như giá bán của chúng), những sản phẩm này đã không thể tạo thành những ý tưởng lây nhiễm đầy sức mạnh và trở thành những thương hiệu được số đông chấp nhận.

Vấn đề là - những lợi ích đó phải là những lợi ích thật. Những lợi ích giả tạo, nhất thời, không thể tạo thành một câu chuyện đáng tin và những ý tưởng lây nhiễm không thể hình thành rồi phát triển. Chúng ta sẽ không thể lừa được ai với một câu chuyện không thật chỉ vì những lợi ích trước mắt của mình. Câu chuyện giả dối chỉ vì những lợi ích cá nhân của chúng ta sẽ nhanh chóng tàn phai và đi cùng với nó là cả danh tiếng, tên tuổi, sản phẩm hay dịch vụ của chúng ta.

Nếu chúng ta hiểu được sức mạnh và những lợi ích có thể đến từ một câu chuyện, chúng ta đã có đủ điều kiện để tạo thành một câu chuyện đáng tin cho những gì chúng ta cung ứng cho thị trường.

Chúng ta cần phải hiểu những gì là lợi ích cho khách hàng của mình và nỗ lực hết lòng để trao đi những lợi ích đó càng lúc càng tốt hơn, đa dạng và phong phú hơn cùng với thời gian. Những lợi ích luôn được cải tiến để dành cho khách hàng là thực phẩm dinh dưỡng cho các ý tưởng lây nhiễm phát triển mạnh mẽ. cho câu chuyện của chúng ta càng ngày càng mở rộng cùng với thời gian. Cùng với sự phát triển của các câu chuyện và những ý tưởng lây nhiễm là danh tiếng của chúng ta, sản phẩm hay dịch vụ của chúng ta, lợi nhuận lâu dài cho công ty của chúng ta.

Những câu chuyện có thể lan truyền, những ý tưởng lây nhiễm với khả năng lây lan là sức mạnh dành cho mọi người làm marketing và... cùng đến với sức mạnh đó là trách nhiệm mà mọi người làm marketing phải sẵn sàng gánh nhận. Ngày nay, bất cứ ai cũng có khả năng kể ra một câu chuyện hấp dẫn và mang tính lây nhiễm với một ai đó trong cộng đồng của mình. Ai cũng có sẵn một công cụ hữu hiệu trong tay để tạo thành khả năng thay đổi nhanh hơn bao giờ hết trong lịch sử. Những người làm marketing ngày nay cũng có được một đòn bẩy để tạo thành tác động to lớn với chi phí thấp hơn và trong một thời gian ngắn hơn rất nhiều mà trước kia họ chưa bao giờ có được.

Không còn có gì phải thắc mắc về việc người dùng có đồng lõa trong quá trình kể chuyện và lây lan đi những ý tưởng lây nhiễm này. Không một người làm marketing nào có thể tác động đến một ai nếu bản thân người đó không tích cực hợp tác. Dù sao, sự hợp tác này cũng không hề làm nhẹ đi trách nhiệm đến cùng sức mạnh mà người làm marketing đạt được khi gợi ý và rồi làm cho một câu chuyện mang tính lây nhiễm được lan truyền. Chỉ có một câu hỏi mà những người làm marketing cần phải đặt ra cho chính mình: Chúng ta định sẽ làm gì với sức mạnh đó?

Marketing là sức mạnh! Hãy ứng dụng thật khôn ngoan và nên ghi nhớ - cho dù đó có thể là những gì không thật nhưng chúng ta, những người làm marketing, cần phải luôn sống thật hết lòng với những gì mình trao đi cho người tiêu dùng.

***

- IV -

CÂU CHUYỆN, Ý TƯỞNG LÂY NHIỄM VÀ INTERNET

Môi trường Internet

Với sự tăng trưởng chóng mặt số lượng người sử dụng Internet trong những năm gần đây, những người làm marketing hôm nay bỗng nhiên có được trong tay một phương tiện lan truyền, một môi trường lây nhiễm cực kỳ hiệu quả với tốc độ nhanh chóng đến bất ngờ. Đặc biệt, người tiêu dùng - đối tác của các chương trình marketing lây nhiễm, cũng có được một công cụ để kể câu chuyện của mình tự tạo rộng rãi và nhanh chóng đến mức dường như không còn thời gian hay không gian tồn tại nữa. Chuyện gởi đi một bức thư, một câu chuyện hay một thông điệp đến cùng lúc với hàng trăm hay ngay cả hàng ngàn người ở mọi nơi trên thế giới này là hoàn toàn hiện thực với sự phổ biến của Internet.

Chúng ta không nên nghĩ đến việc gởi mail quảng cáo, không có lợi mà còn có hại cho tên tuổi cũng như mãi lực đã có của chúng ta nữa. Nếu chúng ta là một tên tuổi lớn đã được tin tưởng rộng khắp như Microsoft, như Sony, không có gì đáng nói nhưng nếu chúng ta là một tên tuổi mới, mail quảng cáo hay thư rác, nói chung, sẽ tàn hại tên tuổi của chúng ta nhanh chóng đến mức chúng ta cũng không kịp nhận thấy.

Mail là một phương tiện, cũng như trang web của chúng ta, hiệu quả hay không là do cách chúng ta sử dụng và quan điểm của người tiêu dùng đối với cách thể hiện của chúng ta. Bởi vậy, có Internet, có email, có trang web, không phải là đã đủ để bảo đảm thành công cho chiến dịch marketing của mình. Chúng ta sử dụng chúng ra sao, rao truyền đi những gì, nói với các đối tượng nào và nói ra sao mới là điều tạo thành vấn đề.

Tuy hầu hết các câu chuyện hay ý tưởng lây nhiễm từng có từ trước đến nay dường như đều tự hình thành ngoài tầm kiểm soát của những người làm marketing nhưng không phải vì vậy mà chúng ta không thể tác động để những câu chuyện hay ý tưởng lây nhiễm hình thành và mang lại lợi ích cho kế hoạch hay chiến dịch marketing của mình. Khi hiểu được sự thật này, những người làm marketing hiện đại sẽ hết sức hào hứng bởi đây sẽ là phần hấp dẫn nhất của cả một chiến dịch marketing được định hướng minh bạch.

Để một câu chuyện có thể hình thành tính lây nhiễm rồi được lan truyền, chúng ta có thể bắt đầu bằng cách thiết kế một ý tưởng và rồi là một sản phẩm, một dịch vụ có hình thức hay những tính năng có thể hình thành khả năng lây nhiễm. Và nếu chúng ta thực sự nắm rõ các yếu tính của một công thức sản sinh ý tưởng lây nhiễm, cơ may thành công là hầu như chắc chắn nếu chúng ta hiểu đúng và thực hiện một cách phù hợp với tên tuổi, sản phẩm hay dịch vụ của mình.

Hiểu những điều này có thể làm thay đổi cách suy nghĩ của chúng ta về marketing. Nếu việc phát tán một ý tưởng lây nhiễm là công cụ mạnh mẽ nhất chúng ta có thể thực hiện cho sản phẩm hay dịch vụ của mình, ở đây có một số đặc điểm cần hiểu để có thể nhân bội cơ may cho câu chuyện mang tính lây nhiễm của mình phát triển và lây lan.

Chủ thể lây nhiễm

Có những người có khả năng lây nhiễm rộng và mạnh hơn những người khác nhưng số lượng những người này chỉ là một thiểu số ít ỏi so với số đông còn lại. Những người có khả năng lan truyền và tạo thành tác động rộng lớn này được gọi là những chủ thể lây nhiễm - những người có khả năng giao tiếp rộng và được nhiều người tin tưởng, những người có khả năng lây nhiễm nhanh và rộng. Những người này thường là những người có hiểu biết chuyên môn về sản phẩm hay dịch vụ và là người có tiếng nói hay danh tiếng được số đông chấp nhận.

Chúng ta cũng cần chú ý điểm sau về những chủ thể lây nhiễm. Có những chủ thể lây nhiễm chỉ có khả năng lây nhiễm hẹp và có những chủ thể có khả năng lây nhiễm rộng.

Ví dụ, có một sản phẩm có tính năng kỹ thuật phức tạp và quá cao cấp, một giáo sư nổi tiếng ấn tượng về những tính năng ưu việt của sản phẩm và viết một bài báo về sản phẩm nhưng đáng tiếc là số người thực sự hiểu được những gì vị giáo sư kia nói lại quá ít. Những người hiểu được và ấn tượng vì bài báo của ông cũng khó có thể lan truyền tiếp câu chuyện về sản phẩm mà vị giáo sư đã giới thiệu. Đó là những chủ thể lây nhiễm hẹp. Cũng cùng sản phẩm đó nhưng lúc này được một diễn viên nổi tiếng nhắc đến trong một buổi biểu diễn về những niềm vui mà người này có được từ sản phẩm đó lại khác, đây là một câu chuyện mà người nghe được có thể dễ dàng kể lại cho những người khác nữa. Trong trường hợp này, đó là một chủ thể lây nhiễm rộng.

Có những chủ thể lây nhiễm có tác động lớn nữa là đội ngũ những người bán hàng, dù là chuyên nghiệp hay nghiệp dư, những người mà công việc của họ là thuyết phục người khác chấp nhận một sản phẩm hay một dịch vụ được giới thiệu. Những người này hầu như luôn sẵn sàng lan truyền đi câu chuyện mà họ được gợi ý cho bất kỳ ai, vào bất cứ lúc nào.

Các trang web bán hàng ngày nay thường chú ý đến nhóm người này. Ví dụ như amazon.com, khi chúng ta giới thiệu một cuốn sách hay trang web bán sách này cho một người, khi người này ghé thăm và mua sách ở amazon thông qua đường link từ trang web của chúng ta, một số phần trăm hoa hồng của thương vụ đó sẽ được amazon.com chuyển cho chúng ta. Ngày nay có nhiều trang web bán hàng áp dụng hình thức trích phần trăm hoa hồng này. Hình thức hoa hồng này có những lợi ích nhất định, các trang web khác sẽ vì lợi ích của chính họ mà sẵn sàng giới thiệu đường link đến các trang có trả hoa hồng và biến trang web của họ trở thành một chủ thể lây nhiễm. Mạnh hay không là tùy thuộc vào số lượng người thường ghé thăm trang web đó.

Môi trường Internet ngày nay đã làm cho việc phát tán ý tưởng lây nhiễm và lực tác động của các chủ thể lây nhiễm trở nên dễ thể hiện hơn bao giờ hết và càng ngày càng có nhiều người có khả năng trở thành chủ thể lây nhiễm hơn - những người chỉ vô tình vì thích thú hay vì một lợi ích tư riêng nào đó đã lan truyền đi câu chuyện mà trở thành một chủ thể lây nhiễm. Có một ví dụ tương đối rõ ràng về trường hợp này là các câu chuyện tiếu lâm - mọi người, ai cũng sẵn sàng kể lại cho bất cứ ai nghe một câu chuyện tiếu lâm độc đáo mà mình biết. Những câu chuyện tiếu lâm bình thường dễ lan truyền rộng hơn là các câu chuyện "mặn" chỉ đơn giản vì điều kiện để kể lại những câu chuyện này dễ dàng hơn.

Vấn đề lúc này là chúng ta có được một câu chuyện mang tính lân nhiễm mạnh mẽ để gợi ý nhưng chúng ta sẽ đặt lời gợi ý đó ở những nơi nào và những nơi đó có đủ hấp dẫn để các chủ thể lây nhiễm tìm đến hay không? Không có một môi trường có khả năng quy tụ nhiều chủ thể lây nhiễm, câu chuyện của chúng ta dù có tính lây nhiễm mạnh đến đâu cũng trở thành vô ích. Không được phát tán rộng, không được lan truyền nhanh, tính lây nhiễm sẽ nhanh chóng mất đi sức mạnh rồi tàn đi không để lại tăm tích.

Nếu chúng ta có một trang web với cả ngàn người ghé vào mỗi ngày, quá tuyệt, không còn gì phải nói. Nếu chúng ta có thể trả tiền để được một trang web nổi tiếng post đường link của chúng ta trên đó hay một tờ báo đăng quảng cáo với tên trang web của chúng ta, còn gì phải bàn nữa. Vấn đề của chúng ta lúc này chỉ là chúng ta có được những gì để hấp dẫn những người đã ghé thăm trang web của mình. Chúng ta có gì đáng để những người này nấn ná và hài lòng ở lại thay vì vội vã rời đi?

Người ta đã vào thăm trang web của chúng ta, đã tìm hiểu và rồi lan truyền đi câu chuyện mà chúng ta gợi ý - vẫn chưa đủ để thành công và lợi nhuận sẽ phát triển vững chắc từ đó. Nếu những người đã lan truyền đi câu chuyện của chúng ta và những người đã nghe, đã ghé thăm rồi lan truyền, không còn hứng thú vào thăm lại trang web hay đối với sản phẩm, dịch vụ, của chúng ta nữa thì sao? Câu chuyện có tính lây nhiễm đã được lan truyền của chúng ta sẽ không được tiếp tục lan truyền nữa. Không tiếp tục phát triển được, tính lây nhiễm đã từng mạnh mẽ sẽ nhanh chóng tàn đi. Các chủ thể lây nhiễm không còn cảm thấy hứng thú để tiếp tục lan truyền câu chuyện nữa bởi nó đã cũ và mất đi sức hấp dẫn đã có.

Cho dù sản phẩm hay dịch vụ của chúng ta đã được hưởng ứng rộng rãi, chúng ta cũng không thể vì vậy mà ngủ quên trên chiến thắng. Thế giới kinh doanh của những năm đầu thế kỷ 21 là một thế giới ganh đua tàn nhẫn và khốc liệt. Dù chúng ta có là một Coca-Cola đi nữa, chúng ta chỉ cần lơ là và sẽ phải trả giá bằng chính thị phần và lợi nhuận của mình. Câu chuyện của chúng ta phải luôn được củng cố bằng những đột phá mới mẻ và phù hợp với thời đại. Đó là lý do khiến cho các thương hiệu lớn vẫn phải không ngừng và cũng không giảm bớt tền xuất quảng cáo. Người tiêu dùng cũng như các chủ thể lây nhiễm của chúng ta cần có những gợi ý luôn mới để củng cố lòng tin vào sức hấp dẫn của câu chuyện về sản phẩm hay dịch vụ của chúng ta. Dù luôn phải cung cấp cho người tiêu dùng và các chủ thể lây nhiễm những gợi ý mới nhưng những gì chúng ta gợi ý, dù là hình thức sản phẩm hay tiện ích dịch vụ, vẫn phải luôn nhất quán với ý tưởng đã được định hình trên chốn thị trường. Chúng ta đã từng nhìn thấy những chai Pepsi nước xanh và chúng ta cũng đã nhìn thấy chúng biến mất nhanh chóng như thế nào.

Chúng ta cũng từng nhìn thấy những chai Number One đậu nành nhanh chóng mất dạng ra sao.

Alladvantage.com có thể được xem là một trang web đã từng phát triển nhanh chóng nhất thế giới. Vào cuối những năm 1990, trang web này được hình thành với ý tưởng là tạo thành một tổ chức thực hiện marketing chuyên nghiệp trên mạng. Trang web này lôi cuốn người vào xem đăng ký thành viên bằng cách trả tiền cho những người này theo số lượng nhấp chuột của họ vào các băng quảng cáo đăng trên trang web. Không chỉ thế, alladvantage.com còn ngấm ngầm tuyển dụng người để nhấp chuột vào các băng quảng cáo trên trang của mình. Đây là một hình thức marketing đa cấp gian dối (multi-level marketing), họ nhận được tiền từ các công ty có băng quảng cáo trên trang web của họ cho mỗi lần nhấp chuột vào băng quảng cáo từ chính họ, các thành viên và những người họ tuyển để nhấp chuột vào các băng quảng cáo đó chứ không phải từ những người tiêu dùng thực sự quan tâm.

Sau khi lớn mạnh nhanh chóng với hơn năm triệu người đăng ký thành viên trong một thời gian cực ngắn. Chưa đầy một năm sau, các công ty đặt băng quảng cáo trên alladvantage. com bắt đầu nhìn thấy thực tế. Số tiền họ phải trả cho các cú nhấp chuột cuối cùng còn cao hơn cả chi phí quảng cáo truyền thông mà mãi lực chẳng thấy đâu. Họ không đặt băng quảng cáo nữa và quay lại đầu tư vào các hình thức quảng cáo truyền thống khác. Alladvantage.com chết đi còn nhanh hơn cả khi nó phát triển.

Không chỉ đơn giản là lời truyền miệng

Những người làm marketing vẫn theo đuổi các hình thức marketing truyền miệng khác nhau từ nhiều năm qua. Ai cũng hiểu được sức mạnh và giá trị của những lời đồn đại ra sao nhưng họ cũng hiểu những tác hại có thể xảy đến một khi không thể kiểm soát được những lời truyền miệng có tính tiêu cực về sản phẩm hay dịch vụ mà họ quảng bá.

Có năm nguyên tắc mà những ai có ý muốn phát tán một ý tưởng lây nhiễm cần phải nắm vững - những nguyên tắc mà những người làm marketing truyền miệng truyền thống không mấy quan tâm.

1- Người phát tán ý tưởng lây nhiễm hiểu rằng tạo thành một ý tương lây nhiễm chỉ là một phần trong công việc mà họ phải hoàn tất. Ý tưởng lây nhiễm không phải là tất cả, họ còn phải đầu tư thời gian, công sức và tiền bạc để tạo thành một sản phẩm hay dịch vụ và một môi trường phù hợp để nuôi dưỡng những ý tưởng lây nhiễm đó nữa.

2- Người phát tán ý tưởng lây nhiễm hiểu rằng một khi vận dụng đúng các yếu tố - tốc độ, mục tiêu định hướng, tính dễ thẩm thấu, tính nhất quán và xác định các chủ thể lây nhiễm - của việc lan truyền ý tưởng, họ có thể tác động đến hiệu quả của ý tưởng lây nhiễm mà họ muốn phát tán.

3- Người phát tán ý tưởng lây nhiễm luôn nhớ là các lời truyền miệng số hóa trên mạng sẽ được ghi nhận và lưu trữ gần như mãi mãi - như một di sản, dù tốt hay xấu - cũng sẽ đồng hành cùng sản phẩm hay dịch vụ được marketing đó mãi mãi.

4- Người phát tán ý tưởng lây nhiễm hiểu mục tiêu chính của một sản phẩm hay dịch vụ không chỉ là thỏa mãn một nhu cầu của người tiêu dùng. Họ còn phải cung cấp cùng với sản phẩm hay dịch vụ của mình những gì bất ngờ, hấp dẫn, thân mật và hữu ích để người sử dụng có thể hào hứng kể lại những gì họ trải nghiệm với ít nhất là năm người quen biết nữa của họ.

5- Người phát tán ý tưởng lây nhiễm hiểu rằng những ý tưởng lây nhiễm có chu kỳ phát triển của chúng và sẽ tùy theo đó quyết định lúc nào sẽ chuyển từ quá trình chi để mở rộng sự lây nhiễm sang quá trình thu lại.

Gợi ý hình thành một câu chuyện marketing tuyệt vời mang tính lây nhiễm mạnh không thể bảo đảm cho thành công và lợi nhuận nếu sản phẩm hay dịch vụ được gắn liền với câu chuyện đó không tạo thành ấn tượng với người tiêu dùng. Sản phẩm hay dịch vụ phải tạo thành được một ấn tượng nhất quán với những gợi ý và câu chuyện marketing đã được hình thành. Nếu đó là một sản phẩm hay dịch vụ dành riêng cho một nhóm đối tượng mục tiêu, sản phẩm hay dịch vụ đó không thể tạo thành ấn tượng với những nhóm đối tượng tiềm năng khác. Các ý tưởng lây nhiễm chỉ có thể sinh sôi và phát triển trong một môi trường khép có giới hạn minh bạch, chúng không phải là siêu vi cúm để có thể tác động đến hết mọi người. Những ý tưởng lây nhiễm tương tự những con siêu vi khuẩn quai bị thường chỉ tác động chủ yếu đến trẻ em, nếu người trưởng thành có bị quai bị thì đó chỉ là những trường hợp đột biến hiếm xảy ra.

Hai ý tưởng lây nhiễm đối nghịch không thể cùng sống và phát triển trong ý thức của một người. Một người đã yêu dân ca thì không thể cùng lúc cũng yêu nhạc trẻ hiện đại. bởi lý do này, ý tưởng lây nhiễm của chúng ta phải định hướng đúng môi trường phù hợp hay phải được thiết kế cho phù hợp với môi trường mục tiêu mới có thể hình thành khả năng lây lan rộng và nhanh.

Khi chương trình trò chuyện truyền hình 60 Minutes của đài CBS phát một chương trình nói về chuyện tăng tốc độ bất ngờ của chiếc xe Audi - đây là một trường hợp ý tưởng lây nhiễm hình thành ngoài tầm kiểm soát của công ty Audi (hãng sản xuất xe hơi Đức, một công ty con của tập đoàn Volkswagen). Đây là một câu chuyện tiềm ẩn ý tưởng lây nhiễm lý tưởng bởi vào lúc đó, hơn 10 năm trước đây, ở Mỹ không có mấy người sử dụng xe Audi để thực sự biết được việc tăng tốc ngoài tầm kiểm soát này là thế nào nên ý tưởng lây nhiễm này nhanh chóng được lan truyền và rồi tràn ngập môi trường lý tưởng của chúng.

Những người làm marketing của Audi khi đó đã không lượng định được sức mạnh của một ý tưởng lây nhiễm nên - thay vì dựa vào câu chuyện đã được lan truyền rộng rãi đó, họ đã làm mọi cách để chống lại và loại trừ ý tưởng lây nhiễm không mời mà đến này. Họ vội vã đáp ứng bằng cách đăng tải rộng rãi bài trả lời của họ trên các phương tiện truyền thông với những thông số kỹ thuật chi tiết và chính xác để minh chứng đó là một chuyện không thể xảy ra. Hết sức nhanh chóng, hết sức Đức nhưng… hoàn toàn không hiệu quả. Chiến dịch loại trừ này đã làm Audi tổn hại hàng tỷ USD vì mãi lực suy giảm mạnh. Chống đối lại một chủ thể lây nhiễm có sức mạnh như chương trình 60 Minutes là vô ích, điều chỉ làm cho những ai đã biết đến câu chuyện trên càng tin hơn vào tính chính xác của chương trình này và tự hình thành những câu chuyện tiêu cực về tính đáng tin của thương hiệu Audi trong đầu họ.

Nếu hiểu đúng sức mạnh và giá trị của các ý tưởng lây nhiễm, Audi đã không cần phải nỗ lực đính chính để chứng minh Audi là những chiếc xe thực sự tốt. Họ không cần phải chi ra hàng chục triệu USD để rồi kết quả là mãi lực suy giảm cả tỷ USD.

Audi hoàn toàn có thể ứng dụng câu chuyện lây nhiễm trời cho này bằng cách tạo thêm cơ hội và sức mạnh cho ý tưởng lây nhiễm đó lan truyền rộng và mạnh hơn! Audi có thể vận động để được mời lên chương trình 60 Minutes để xác nhận câu chuyện của chương trình này bằng những cách vui vẻ sáng tạo hơn. Một chiếc xe có động cơ mạnh mẽ và vận hành quá êm ái hoàn toàn có thể khiến cho những người lái nó có cảm tưởng là quá mạnh, quá nhanh đến mức khó kiểm soát lắm chứ? Audi hoàn toàn có đủ thực lực để đặt một chiếc Audi trong các cửa hàng bán xe trên khắp nước Mỹ và mời người sử dụng Mỹ lái thử để cảm nhận sức mạnh và tốc độ gần như ngoài tầm kiểm soát của chiếc xe. Nếu lúc đó, những người làm marketing của Audi nghĩ đến điều này và thực hiện một cách chính xác, mọi chuyện đã khác đi nhiều và mãi lực đã không suy giảm tệ hại như thế!

Ngay từ lúc hình thành, Internet đã là một môi trường khép hoàn toàn thích ứng và phù hợp với các loại ý tưởng lây nhiễm. Vì thế, một Yahoo!, một amazon hay một Facebook có thể bước vào rồi dễ dàng phát tán ý tưởng lây nhiễm của họ ở đó một cách nhanh chóng với chi phí cực thấp. Ngày nay, săn tìm thành công nhanh chóng với một trang mạng xã hội hay một nhà sách ảo không còn dễ dàng nữa bởi môi trường đó đã thuộc về những người đi trước. Chúng ta không thể dùng cùng một ý tưởng lây nhiễm tương tự để mong có thể giành được chỗ đứng trong môi trường khép đó nhưng... chúng ta hoàn toàn có thể phát tán một ý tưởng lây nhiễm mới lạ và hoàn toàn khác biệt. Điều kiện yêu cầu, đó phải là một ý tưởng lây nhiễm thực sự khác biệt với những đặc điểm hơn hẳn thật rõ ràng. Không có được sự hơn hẳn rõ ràng này, ý tưởng lây nhiễm của chúng ta không đạt được tính hấp dẫn đủ để tác động đến các chủ thể lây nhiễm - điều kiện không thể không có để câu chuyện của chúng ta được lan truyền nhanh và rộng.

Khi võng xếp Duy Lợi ra đời và góp mặt với thị trường vào cuối những năm 1990, câu chuyện về những cái võng xếp gọn gàng tiện dùng được lan truyền và dần đưa Duy Lợi trở thành một thương hiệu võng xếp được tin dùng duy nhất trong thời gian đó. Đầu năm 2000, công ty sản xuất hàng gia dụng Duy Lợi chính thức được thành lập với hàng loạt các sản phẩm xếp tiện dụng tương tự như những yếu tố củng cố tính nhất quán cho câu chuyện đã được làn truyền trước đó và Duy Lợi trở thành lãnh đạo của thị trường các loại sản phẩm gia dụng xếp - một thị trường chỉ bao gồm một số nhỏ các thương hiệu ăn theo khác.

Các câu chuyện mang tính lây nhiễm cũng có chu kỳ sống và phát triển của riêng chúng. Nếu chúng ta không nuôi dưỡng câu chuyện bằng những lợi ích hay sản phẩm, dịch vụ mới mẻ để củng cố sức mạnh lây lan, tính lây nhiễm sẽ tàn và câu chuyện cũng sẽ nhanh chóng tàn theo. Duy Lợi trong trường hợp trên đã không ngừng nuôi dưỡng câu chuyện marketing của mình bằng cách cung cấp cho thị trường những mẫu mã võng xếp sáng tạo và đa dạng hơn, hết mẫu này đến mẫu khác cùng lúc với nhiều loại sản phẩm xếp khác nữa.

Các thương hiệu sản phẩm xếp theo sau khác không còn cơ hội để chen chân vào môi trường khép mê câu chuyện lây nhiễm của Duy Lợi đã lấp đầy.

Trường hợp Hotmail là một trường hợp ý tưởng lây nhiễm đặc thù khác mà ông Steve Jurvetson, nhà đầu tư đứng sau lưng Hotmail gọi là Marketing Vi rút (Viral Marketing), một hình thức marketing lây nhiễm được phát triển để quảng bá cho dịch vụ hotmail. Chính thức bắt đầu hoạt động vào ngày 4 tháng 7 năm 1996, hotmail là trang web đầu tiên cung cấp dịch vụ email miễn phí cho người sử dung. Con vi rút marketing lây nhiễm của hotmail chỉ đơn giản là một giòng chữ nhỏ với đường link trên góc phải những bức mail được gởi đi thông qua dịch vụ này - *mở địa chỉ email miễn phí của bạn tại hotmail.com.* Với giòng quảng cáo và cũng là đường link nay, mỗi khi chúng ta sử dụng hotmail và gởi đi một email, chúng ta đã tự động phát tán ý tưởng lây nhiễm đó đến với những người nhận email của mình. Chúng ta càng sử dụng hotmail gởi đến cho nhiều người nao nhiêu, chúng ta càng phát tán con vi rút này rộng bấy nhiêu. Điểm đặc sắc của các ứng dụng này là - ý tưởng lây nhiễm này có độ dễ thẩm thấu cao, mọi người, ai cũng có thể dễ dàng kể lại câu chuyện về đường link và dịch vụ email miễn phí của hotmail.

Vào thời gian đó, dịch vụ email miễn phí là một ý tưởng có sức lây nhiễm mạnh. Đến cuối tháng Mười ha. 1997, trang hotmail được bán lại cho Microsoft với giá 100 triệu USD khi số lượng người đăng ký sử dụng hotmail đạt đến con số 7,5 triệu người. Tháng Giêng 1999, 13 tháng sau khi thuộc sở hữu Microsoft, số lượng người sử dụng hotmail đã nhanh chóng tăng lên đến con số 30 triệu người.

Trong lúc Microsoft đang say sưa trên chiến thắng với địa vị bá chủ cung cấp email miễn phí trên vùng Bắc Mỹ, tháng Ba 1997, Yahoo! gia nhập cuộc chơi email miễn phí. Môi trường lây nhiễm của con vi rút email miễn phí trong cùng Bắc Mỹ lúc này đã khép với sự tràn lấp của Hotmail. Vào lúc đó, Yahoo! đã là một ông khổng lồ trong lãnh vực công cụ tìm kiếm nhưng trong lãnh vực email miễn phí chỉ mới là một chú bé tí hon so với Hotmail. Đến tháng Bảy 1999, Yahoo! giới thiệu Yahoo Mesenger, một công cụ chat miễn phí, mọi chuyện bắt đầu thay đổi. Địa chỉ Mesenger cùng lúc là một địa chỉ email đã làm thay đổi hẳn tình thế. Yahoo! mail bắt đầu lấn dần thị phần của Hotmail. Là một trang công cụ tìm kiếm nổi tiếng đã được sử dụng rộng rãi trên khắp thế giới cộng thêm với sự bùng nổ số lượng người sử dụng Internet trên toàn thế giới đã làm cho cán cân dần nghiêng về phía Yahoo!. Ngày nay, Yahoo! thực sự là một bá chủ trong lãnh vực mail và chat miễn phí. Chúng ta có thể thấy, một ý tưởng lây nhiễm mạnh mẽ đã từng lây nhiễm đến hàng mấy chục triệu người như Hotmail cũng sẽ đuối sức nếu không được nuôi dưỡng bằng những ý tưởng mới thích hợp.

Để phát tán một câu chuyện mang tính lây lan

Trước khi quyết định hình thành và phát triển một sản phẩm hay dịch vụ với một ý tưởng marketing mang tính lây nhiễm, chúng ta nên biết thêm một số nền tảng căn bản tạo thành sự phát tán và tính lây nhiễm.

Không một ai lại tự động phát tán ý tưởng lây nhiễm của chúng ta vì những lợi ích chỉ của chúng ta. Nếu có ai đó sẵn lòng kể lại câu chuyện về sản phẩm hay dịch vụ mà chúng ta cung ứng, những người này phải có lý do chính đáng để làm điều đó. Sản phẩm hay dịch vụ mà chúng ta cung ứng cho thị trường phải đạt ít nhất là những điều kiện sau:

Phải đáng chú ý

Phải kích thích ý tưởng

Phải quan trọng

Phải thực sự lợi ích

Phải đẹp mắt

Phải làm cho người ta hào hứng

Với sự phát triển rộng khắp của mạng Internet, thế giới ngày nay thậm chí không còn chỗ cho các loại sản phẩm hay dịch vụ ăn theo cực tốt bước vào để giành phần nữa chứ đừng nói chi đến những sản phẩm hay dịch vụ không ra gì. Nếu không thực sự hấp dẫn được người tiêu dùng, sản phẩm hay dịch vụ đó chẳng có cơ hội hình thành được một câu chuyện bình thường nữa chứ nói chi là một câu chuyện có tính lây nhiễm.

Đôi lúc sự hấp dẫn hình thành từ chính cuộc đời của người đã sáng tạo nên sản phẩm hay dịch vụ như trong trường hợp cô ca sĩ nổi tiếng Jennifer Lopez với sản phẩm nước hoa và sau đó là hàng loạt những sản phẩm thời trang mang thương hiệu J Lo. Đôi lúc sự hấp dẫn đến từ bản thân sản phẩm hay dịch vụ như trong trường hợp Yahoo! Mesenger. Thường hơn, sự hấp dẫn đó chính là những tiện ích mà người ta nhận được từ sản phẩm hay dịch vụ như trong trường hợp iPod với sự tiện dụng, âm thanh tuyệt vời và tiện ích tải nhạc từ Internet. Đôi khi, người ta chỉ nghĩ đến những lợi ích cá nhân mình được hưởng mà lan truyền chứ không cần biết đến những người được lan truyền có nhận được lợi ích thật sự hay không như trong trường hợp một số công ty áp dụng phương pháp marketing hay bán hàng đa cấp. Nếu đó thực sự là một sản phẩm hay dịch vụ mang lại lợi ích thiết thực cho người tiêu dùng, không có gì để nói, nhưng nếu đó là những cung ứng mang lại lợi ích không xứng với công sức hay tiền bạc mà người tiêu dùng phải bỏ ra, ý tưởng lây nhiễm này sẽ nhanh chóng tàn rụi như trong trường hợp trang web alladvantage.com đã được nói đến.

Chúng ta cũng nên biết, cũng tương tự như các quảng cáo, không mấy ai lại phải nhảy dựng lên rồi vội vã hình thành câu chuyện để kể lại cho những người quen biết của mình khi bị ấn tượng vì sản phẩm hay dịch vụ, câu chuyện hay ý tưởng lây nhiễm của chúng ta. Trong thời buổi quảng cáo marketing quá nhiều nhương ngày nay, người ta đã trải nghiệm hay ngay cả phải lãnh nhận hậu quả đã nhiều, chúng ta cần phải suy xét nhận định rõ ràng về những gì tạo thành ấn tượng đối với các đối tượng tiềm năng.

Chúng ta hãy nhớ lại xem, lần gần đây nhất khi chúng ta ghé qua một nhà sách. Chúng ta đã quan tâm đến bao nhiêu cuốn sách? Chúng ta đã dừng lại, cầm lên, lật ra xem bao nhiêu cuốn và cuối cùng ra về với bao nhiêu cuốn trong tay? Chúng ta có thể xem qua hàng chục cuốn nhưng cuối cùng chỉ ra về với một cuốn trong tay. Chúng ta mua rồi đó nhưng chúng ta có đọc hay không lại là một vấn đề khác nữa. Chúng ta đã đọc rồi đó nhưng có ấn tượng tới mức muốn kể lại những gì đã đọc hay không lại là một vấn đề khác nữa. Chúng ta có thể đã đi dạo qua các nhà sách hàng trăm lần, mua cả trăm cuốn và có thể đã đọc cả trăm cuốn đó nhưng con số những cuốn sách làm ta ấn tượng và rồi hào hứng kể về chúng chắc chắn chỉ là một con số thật nhỏ trong cả trăm cuốn đó.

Hiện tượng Hary Potter gần đây chỉ là một trường hợp cực kỳ hiếm hoi trong hàng chục triệu đầu sách được xuất bản trong cả thế kỷ vừa qua cũng như ngay cả trong những năm đầu thiên niên kỷ mới chủa thời đại Internet này. Ý tưởng phù thủy hiện đại (cổ tích mới), đúng thời điểm (internet trưởng thành), cộng thêm môi trường phù hợp (giới trẻ đang thiếu món ăn tinh thần mới) đã nhân bội sức mạnh của ý tưởng lây nhiễm và thành công.

Đương nhiên không phải dễ dàng gì để một ý tưởng được nhận biết và rồi tạo thành ấn tượng mạnh đến mức những người xa lạ phải hào hứng tự biến mình thành một chủ thể lây nhiễm nhưng - nếu chúng ta thực sự muốn thành công, chúng ta cần phải tạo thành những ấn tượng phải có đó. Nếu ai đã đọc cuốn Marketing trong Thời đại Net (xuất bản 2008), đã hiểu và chấp nhận sức mạnh của ý thức "đồng tình," chúng ta sẽ phải tự hỏi mình nên làm những gì, có những gì để đạt được sự đồng tình đầy trân quý đó. Chính sự đồng tình đạt được từ những người xa lạ mà câu chuyện marketing mang mầm mống ý tưởng lây nhiễm của chúng ta tạo thành được sức mạnh lây lan.

Chúng ta cần phải đạt được sự đồng tình của nhóm đối tượng tiềm năng mục tiêu để làm bệ phóng cho câu chuyện marketing của mình gợi ý có được điều kiện để phát tán. Chúng ta phải bắt đầu từ nhóm đối tượng mục tiêu đã nhắm đến và sau khi câu chuyện về chúng ta đã được lan truyền, chúng ta sẽ có những gợi ý mới hơn nhất quán với câu chuyện đã được lan truyền để mở rộng nhóm đối tượng chủ thể lây nhiễm của mình.

Chúng ta có thể mở rộng nhóm đối tượng mục tiêu nhưng các nhóm chủ thể lây nhiễm mở rộng đó phải có cùng những đặc tính chính của nhóm đối tượng mục tiêu đầu tiên. Chúng ta không thể tác động đến các nhóm đối tượng mục tiêu có quan điểm sống khác nhau bằng những gợi ý nhất quán với ý tưởng và câu chuyện đã hình thành. Chúng ta chỉ có thể tác động đến những nhóm người mới này bằng những gợi ý phù hợp và như vậy sẽ không thể nhất quán được với những gì đã được gợi ý và hình thành trước đó.

Chúng ta không nên lo lắng khi nhóm đối tượng chủ thể lây nhiễm đầu tiên của mình quá nhỏ - nếu chúng ta chọn đúng, đó sẽ là những đối tượng chủ thể lây nhiễm có sức tác động mạnh và rộng. Chỉ một Harrison Ford trong loạt phim Indiana Jones cũng đã đủ để lôi kéo hàng triệu người tìm mua nón Stetson mà Ford đã đội khi vào vai trong một khoảng thời gian mà chẳng còn mấy ai muốn đội mũ cao bồi nữa!

Nếu khả năng tài chính của chúng ta dồi dào, chúng ta hoàn toàn có thể bắt đầu với một nhóm đối tượng chủ thể lây nhiễm lớn thông qua quảng cáo, phát sản phẩm mẫu, sử dụng thử… chỉ có điều nên ghi nhớ là đừng bao giờ buộc các đối tượng tiềm năng phải chịu tốn phí dưới bất cứ hình thức nào, dù là vật chất hay thời gian công sức khi nhận sản phẩm mẫu hay dùng thử dịch vụ chúng ta đang marketing. Chúng ta có thể chế rạo ra một mẫu xe đua trên cả mức tuyệt vời nhưng nếu chúng ta tính phí lái thử, chắc sẽ chẳng có mấy ai muốn leo lên lái thử chiếc xe tuyệt vời đó của chúng ta. Khi chúng ta có ý định phát tán một câu chuyện mang tính lây nhiễm, càng có nhiều người nhận được hay sử dụng thử và rõ ràng những gì chúng ta cung ứng là chất lượng, mới mẻ và ấn tượng, khả năng lây nhiễm của câu chuyện đó càng mạnh và lan rộng nhanh chóng hơn.

Ngoài chất lượng hấp dẫn và ấn tượng, để ý tưởng tiềm ẩn trong câu chuyện marketing của chúng ta có thể lây lan thật nhanh chóng và tạo thành động lực, đó còn phải là một câu chuyện có tính dễ thẩm thấu cao - ai cũng có thể thoải mái để kể về sản phẩm hay dịch vụ của chúng ta không chút e dè. Người ta càng dễ dàng thoải mái nói về chúng ta bao nhiêu, câu chuyện lây nhiễm của chúng ta càng có khả năng lây lan nhanh và rộng bấy nhiêu. Nếu chúng ta marketing một loại bao cao su với những tiện ích đặc biệt chưa từng có trước đó, rõ ràng là hấp dẫn nhưng lại không dễ để người ta có thể nói về sản phẩm của chúng ta. Sản phẩm của chúng ta không có được tính dễ thẩm thấu nên tính lây nhiễm đó cũng không thể có được khả năng lây lan nhanh, rộng và không thể hình thành động lực cần có để phát tán mạnh mẽ. Trong trường hợp này, chúng ta cần phải kiên định với ý tưởng marketing của mình và nhẫn nại chờ đợi để ý tưởng lây nhiễm đó có thời gian lan rộng và tạo thành động lực lây lan.

Tính dễ thẩm thấu mới là yếu tố cần có để một câu chuyện marketing mang tính lây nhiễm có thể lây lan thật rộng và nhanh - yêu cầu để có thể tạo thành động lực. Ngày nay, với mạng Internet, với một trang web, tính dễ thẩm thấu của một câu chuyện lại càng mạnh hơn khi ai cũng có thể tạo thành một đường link đơn giản để người ta nhấp chuột vào và gởi đi câu chuyện hay trang web cho một người quen biết.

Sớm muộn gì thì rồi cũng đến lúc chúng ta phải chuyển những mối quan tâm nhất thời đã đạt được từ các đối tượng mục tiêu sang thành sự hưng phấn để kể lại cho người khác nghe về câu chuyện của chúng ta. Đó là lúc chúng ta phải chuyển các đối tượng mục tiêu đã tỏ lòng quan tâm của mình thành những chủ thể lây nhiễm. Chính trong giai đoạn này, chúng ta sẽ nhận thấy sức mạnh của Marketing Đồng tình. Với sự đồng tình mà các đối tượng tiềm năng trao cho mình, chúng ta bắt đầu một quá trình giao tiếp tương tác để nhân bội sự quan tâm đã đạt được và chuyển những người này từ đối tượng mục tiêu sang thành các chủ thể lây nhiễm.

Chúng ta có thể hấp dẫn nhóm đối tượng tiềm năng đến với trang web của mình bằng cách nào cũng được nhưng chúng ta cần ghi nhớ - cả ngàn người đã ghé thăm trang web của chúng ta nhưng chưa chắc đã có được hai người thực sự đọc thấy thông điệp mà chúng ta muốn trao nếu họ không bị ấn tượng hay tác động bởi một tiện ích thật sự hấp dẫn và có sức mạnh lôi kéo họ ở lại với trang web. Chúng ta có thể bỏ ra một núi tiền để làm quảng cáo quấy rối nhằm lôi kéo nhưng số tiền đó của chúng ta sẽ chỉ hoài phí một khi chúng ta không thể giữ chân và rồi hấp dẫn được ít nhất là vài chục phần trăm những người đã ghé thăm chấp nhận ghé lại ít nhất thêm một lần nữa...

Để giữ chân được những người đã vào thăm, chúng ta buộc phải có một tiện ích thật rõ ràng và tiện ích đó phải nổi bật lên ngay trong giòng đầu tiên của thông điệp mà chúng ta trao cho họ. Để hấp dẫn được họ trở lại với mình lần nữa, chúng ta phải hứa hẹn những lợi ích khác nữa sẽ được trao đi qua từng bước giao tiếp.

Dẫn dắt các đối tượng mục tiêu của mình trong từng bước một với những thông điệp thật rõ ràng mang tính lợi ích thiết thực cho các đối tượng tiềm năng với tính hấp dẫn tăng dần trong từng bước để mở rộng phạm vi giao tiếp. Tạo ra những công cụ để các đối tượng tiềm năng của chúng ta có thể dễ dàng gởi đi những gì họ thích thú ở các tiện ích họ đã nhận được đến cho bạn và người quen biết của họ.

15 câu hỏi những người làm marketing nên trả lời trước khi hình thành chiến dịch phát tán ý tưởng lây nhiễm

Sản phẩm hay dịch vụ chúng ta giới thiệu có khả năng tác động đến nhóm đối tượng mục tiêu đã định hay không?

Các chủ thể lây nhiễm mạnh có khả năng bị hấp dẫn bởi ý tưởng marketing đó hay không?

Chúng ta có biết những ai là các chủ thể lây nhiễm mạnh phù hợp và có cách để giao tiếp với họ không?

Chúng ta có thể làm gì với sản phẩm (dịch vụ) để tạo thành tính lây nhiễm cho chúng?

Chúng ta có những gì để tưởng thưởng cho các chủ thể lây nhiễm để họ luôn đứng về phía chúng ta?

Chúng ta mong muốn các chủ thể lây nhiễm sẽ nói những gì về mình với câu chuyện họ tự tạo thành?

Làm sao để các chủ thể lây nhiễm lan truyền đúng như những gì chúng ta muốn họ lan truyền?

Sản phẩm (dịch vụ) của chúng ta không có gì thực sự hấp dẫn để tạo thành khả năng lây nhiễm, chúng ta có thể tạo thành tính lây nhiễm với các yếu tố marketing không?

Cung ứng của chúng ta có đủ chất lượng để tạo thành ấn tượng với nhóm đối tượng mục tiêu?

Chúng ta có gì để giành lấy sự đồng tình một khi các đối tượng tiềm năng tiếp xúc với ý tưởng lây nhiễm của chúng ta?

Sau khi đạt được sự đồng tình, chúng ta có những gì trong các bước giao tiếp kế đó để nhân bội tính lây nhiễm?

Ý tưởng lây nhiễm của chúng ta có đạt tính dễ thẩm thấu không?

Chúng ta có đủ tiềm lực và thời gian để chi phối các đối tượng tiềm năng trước khi có đối thủ cạnh tranh nhảy vào?

Chúng ta có cách để thu thập thông tin về sự đáp ứng của thị trường để có thể đa dạng hóa ý tưởng trong thời gian tính lây nhiễm đang phát triển?

Chúng ta có xác định được môi trường định hướng mà chúng ta muốn phát tán ý tưởng lây nhiễm và đã có sẵn những phương cách để giữ cho ý tưởng lây nhiễm không chuyển sang những hướng không mong muốn?

Khi trả lời được minh bạch các câu hỏi trên, chúng ta đã có sẵn trong tay tam đủ dữ liệu để thiết kế những gì cần thiết cho chiến dịch marketing ý tưởng lây nhiễm của mình. Nếu sản phẩm hay dịch vụ của chúng ta có sẵn và bây giờ cần phải tạo thành tính lây nhiễm cho chúng, công việc của chúng ta sẽ khó khăn hơn bởi chúng ta phải đo cắt ý tưởng cho phù hợp với sản phẩm hay dịch vụ đã có. Hầu hết các ý tưởng mang tính lây nhiễm nằm đằng sau các câu chuyện thành công nhanh chóng đều được hình thành ngay từ bước đầu tiên, trước khi có sản phẩm hay dịch vụ. Sản phẩm hay dịch vụ có sẵn chính là những giới hạn khả năng sáng tạo ý tưởng đa dạng bởi chúng ta buộc phải sáng tạo ý tưởng trong một khuôn khổ có trước.

Tạo thành ý tưởng lây nhiễm chắc chắn là phần quan trọng nhất của chiến dịch marketing lây nhiễm của chúng ta. Nhóm đối tượng mục tiêu chúng ta nhắm đến có bị tác động rồi tự kể một câu chuyện cho mình và rồi những người quen biết hay không là hoàn toàn tùy thuộc vào tính hấp dẫn và độc đáo của ý tưởng lây nhiễm. Ý tưởng lây nhiễm có sức mạnh càng cao, khả năng thành công nhanh chóng của chúng ta cũng tăng cao tương ứng. Con số phần trăm những người bị tác động có tầm quan trọng sống còn trong việc tạo thành động lực lây lan. Chúng ta hãy đọc ví dụ nhỏ dưới đây để nhận thấy chính xác tầm quan trọng của động lực lây lan.

Chúng ta làm thử một con toán. Nếu ý tưởng lây nhiễm của chúng ta có sức mạnh và thực sự tác động đến 50% số 20 đối tượng mục tiêu đầu tiên:

10 người trong số này sẽ lan truyền đi câu chuyện về chúng ta, trung bình, cho 50 người quen biết khác nữa rồi 25 trong số người này lại tiếp tục lan truyền câu chuyện đến 125 người khác nữa, 63 người nữa lại sẽ lan truyền tiếp đến 315 người khác nữa. Lại đến 153 người tiếp tục lan truyền đến 726 người nữa và 363 người sau này lại tiếp tục lây nhiễm thêm cho 1815 người khác nữa…

Có vẻ như tốc độ lây lan quá chậm vào lúc khởi đầu nhưng nếu chúng ta tiếp tục con toán của mình, chúng ta sẽ thấy. Ví dụ, chu kỳ lây nhiễm của chúng ta là ba ngày một đợt, sau một khoảng thời gian 54 ngày ý tưởng lây nhiễm của chúng ta sẽ lây lan đến hơn 50 triệu người! Chúng ta cứ tiếp tục con toán trên và sẽ thấy đó là sự thật.

Đương nhiên, không phải lúc nào chúng ta cũng có thể tạo thành được ý tưởng lây nhiễm mạnh mẽ có khả năng tác động đến nhận thức của 50% số người tiếp xúc với ý tưởng. Trong trường hợp này, chúng ta sẽ nhận thấy vì sao động lực lây lan lại quan trọng đến thế. Giả dụ, ý tưởng lây nhiễm của chúng ta chỉ đủ mạnh để tác động đến 30% số người tiếp xúc, điều gì sẽ xảy ra?

Nếu chúng ta chỉ đạt được tỷ lệ 30%, vậy trung bình chỉ có 7 trong số 20 đối tượng mục tiêu sẽ lan truyền đi câu chuyện về sản phẩm hay dịch vụ của chúng ta. Có nghĩa là từ 20 người đầu tiên đó, chúng ta chỉ có được 7 người bắt đầu lan truyền câu chuyện. Sau đó là 12 người, rồi 18, rồi 27, rồi 40... và cuối cùng sau 18 chu kỳ lây nhiễm (54 ngày) - tổng số người bị lây nhiễm của chúng ta chỉ đạt chưa đầy 50.000 người! Một sự khác biệt quá xa - từ 50% xuống 30%, chúng ta mất đi tới hơn 99,9% số người lây nhiễm! Chúng ta có thể thấy, động lực lây nhiễm quan trong như thế nào và nếu câu chuyện của chúng ta không có khả năng tác động đến 20% số người tiếp xúc, ý tưởng lây nhiễm của chúng ta sẽ hầu như không thể lây nhiễm rộng đủ để tạo thành cho chúng ta một cơ hội kinh doanh thực sự nhưng... nếu chúng ta chỉ cần có chừng đó người lây nhiễm ý tưởng của mình, con số nhỏ nhoi đó có lẽ cũng đã là quá đủ!

Blue Mountain, một thương hiệu chuyên thiết kế, sản xuất và cung ứng các loại thiệp mừng trên thị trường Mỹ. Chỉ là một thương hiệu nhỏ mới tham gia thị trường vào khoảng hơn hai mươi năm, Blue Mountain chỉ là một chú bé hạt tiêu so với hai ông khổng lồ Hallmark và American Greetings. Hơn năm năm trước, khi môi trường Internet nở rộ, có thể,

Blue Mountain là công ty đầu tiên đã ứng dụng marketing ý tưởng lây nhiễm vào việc mở rộng nhận thức thương hiệu.

Mùa Giáng Sinh đó, Blue Mountain giới thiệu với khách hàng ghé thăm trang web của họ một loại thiệp chúc mừng Giáng Sinh và Năm Mới hoàn toàn mới lạ - thiệp chúc mừng điện tử. Thật đơn giản, mọi người chỉ cần nhấp chuột vào để điền thêm lời chúc mừng, ghi tên của mình, nhấp chuột thêm một lần nữa để ghi địa chỉ mail của người nhận và cuối cùng nhấp chuột để gởi đi. Loại thiệp điện tử đầu tiên đó của Blue Mountain không thể nói là đẹp hay hấp dẫn nhưng tiện lợi, dễ dàng và đặc biệt là người gởi không phải tốn một xu nào ngoài chút thời gian để gõ lời chúc mừng và gởi đi. Chỉ trong chưa đầy một tháng trước Giáng Sinh, đã có hàng triệu thiệp điện tử này của Blue Mountain được gởi đi!

Không phải các ông lớn Hallmark và American Greetings không biết đến những ứng dụng từ Internet, cả hai cũng đã giới thiệu các loại thiệp chúc mừng điện tử từ trước nhưng, người tiêu dùng phải trả tiền mới có thể sử dụng được các loại thiệp của họ. Thắng bại phân định thật rõ ràng, số người dùng các loại thiệp điện tử của hai đại gia trên chỉ là một con số hết sức nhỏ nhoi so với hàng triệu người đã sử dụng thiệp điện tử của Blue Mountain. Thuận tiện, đơn giản, lợi ích và không tốn kém là những yếu tính tạo thành động lực lây lan.

Trường hợp của trang web ofoto.com lại là một trường hợp thành công từ ý tưởng mang tính lây nhiễm đáng chú ý khác nữa. Hiểu được thuận lợi của các loại ảnh kỹ thuật số đang trở thành xu hướng, cuối năm 1999, ofoto.com được hình thành như một trang web dịch vụ về ảnh kỹ thuật số. Thay vì phải tìm đến một tiệm hình ngoài phố, người tiêu dùng có thể gởi hình của mình đến ofoto.com để thực hiện các dịch vụ liên quan như sửa chữa hình ảnh hay in thành hình. Tất cả những gì mà người tiêu dùng cần làm chỉ là vào trang web này để gởi hình rồi chờ nhận những tấm hình của mình.

Những người sáng lập nên ofoto.com, một nhóm người mê máy tính và nghệ thuật nhiếp ảnh ở Berkeley - California, không có đủ tiềm lực tài chính làm marketing quảng cáo mạnh để người tiêu dùng biết đến trang web dịch vụ của mình. Thay vì vậy, họ mở ra một trang album ảnh điện tử trên trang web của mình cho phép người tiêu dùng có thể thoải mái tải hình của họ chụp lên đó. Đương nhiên, phần lớn mọi người khi đưa hình của mình lên đó cũng thường muốn có được người xem hình của mình chụp, vì thế, phần lớn những người đã tải hình của mình lên ofoto.com sẽ tự động thông báo địa chỉ ofoto.com cho những người họ quen biết có thể vào trang web này xem hình. Khi vào để xem hình, những người này sẽ biết về các loại hình dịch vụ kỹ thuật số của trang web này. Chưa đầy ba tháng sau khi giới thiệu, ofoto.com đã thu hút được 500.000 người sử dụng và bán được rất nhiều hình. Điều đáng nói ở đây là đại đa số những người yêu cầu ofoto.com in hình cho họ không phải người chụp và đã tải hình lên mà hầu hết lại là những người quen biết của những người này.

Đến đầu năm 2001, ofoto.com đã thu hút được trung bình 750.000 người sử dụng dịch vụ của họ hàng tháng. Sau mười tám tháng hoạt động, tháng Sáu 2001, Eastman Kodak mua lại ofoto.com. Giá trị hợp đồng này không được thông báo nhưng theo các nhà chuyên môn, đó là một hợp đồng trị giá cả chục triệu USD.

Không phải marketing hay bán hàng đa cấp

Như đã nhắc đến ở phần trước, đôi lúc người ta hiểu lầm về cách trao đi những lợi ích tưởng thưởng cho những chủ thể lây nhiễm khi bước tiếp trong quá trình giao tiếp đồng tình hay lan truyền như trong trường hợp trang web alladvantage. com đã được nói đến. Nếu các chủ thể lây nhiễm chỉ hứng thú lan truyền vì những lợi ích vật chất mà họ nhận được, họ không bị tác động bởi một ý tưởng lây nhiễm nào mà chỉ đơn giản lan truyền vì những lợi ích vật chất cá nhân. (Vô số người tìm vào trang alladvantage.com chỉ để nhấp chuột vào các quảng cáo thật nhiều lần và nhận thật nhiều tiền từ việc làm đơn giản đó.) Chắc chắn đó không phải là cách hoạt động của một ý tưởng lây nhiễm.

Thế giới ngày nay không có chỗ cho những công ty phát triển theo cách nóng vội và giả trá tương tự. Những gì chúng ta cung ứng cho thị trường phải là những gì thật sự giá trị, chất lượng và đem lại lợi ích cho người tiêu dùng. Sản phẩm hay dịch vụ chúng ta cung ứng không chỉ phải chất lưng mà còn phải được cung ứng với một giá cả thật sự hợp lý.

Chúng ta có một sản phẩm thật độc đáo và hấp dẫn, chúng ta sử dụng hệ thống marketing, bán hàng, đa cấp để lan truyền đi thông tin về sản phẩm của mình. Đương nhiên, như mọi hệ thống đa cấp khác, chúng ta phải định giá thật cao với lợi nhuận thật lớn để có thể hấp dẫn các cấp bán hàng trong hệ thống thay vì chi vào marketing hay quảng cáo. Hầu hết mọi người đều sẵn sàng trả giá cao cho một sản phẩm thật sự chất lượng và đem lại những lợi ích cho mình nhưng, trong trường hợp marketing hay bán hàng đa cấp - người mua hay sử dụng, hầu hết không phải người tiêu dùng mà chỉ là những người bán hàng trong hệ thống đa cấp.

Nếu chúng ta xây dựng một hệ thống bán hàng với hai hay nhiều cấp khác nhau và chúng ta chi tiền để nuôi dưỡng hệ thống bán hàng nhiều cấp của mình - đó không phải là bán hàng đa cấp. Marketing hay bán hàng đa cấp là cách xây dựng một hệ thống bán hàng mà những người bán trong hệ thống tự mình phải chi trả cho mình thông qua việc mua và rồi bán lại sản phẩm vì bị hấp dẫn bởi mức lợi nhuận cao. Không có tỷ lệ lợi nhuận cao để hấp dẫn người ta bỏ tiền ra mua sản phẩm rồi nỗ lực thuyết phục người khác nữa mua lại để tiếp tục bán cho người khác nữa - hệ thống bán hàng đa cấp không thể thành hình. Chín mươi phần trăm những người mua để tìm cách bán lại cho nhiều người khác nữa cũng là những người bị họ thuyết phục để tiếp tục tìm thêm người mua để bán lại khác nữa. Đây chính là điểm bất cập của hệ thống bán hàng, marketing đa cấp - hầu như chẳng mấy ai thực sự nhận thấy lợi ích thật của sản phẩm hay dịch vụ mà chỉ nhắm đến phần lợi nhuận có được từ việc thuyết phục người khác mua từ mình để bán lại.

Đương nhiên, các cấp của hệ thống bán hàng đa cấp phải có giới hạn tùy theo tỷ lệ lợi nhuận mà các cấp trong hệ thống nhận được. Đến một cấp nào đó, tỷ lệ lợi nhuận đã xuống quá thấp, không còn có thể hấp dẫn được ai và những người ở cấp độ cuối này không còn cảm nhận được lợi thế để có thể thuyết phục thêm người khác! Tương ứng với tỷ lệ lợi nhuận, sức hấp dẫn mất dần theo từng cấp độ của hệ thống bán hàng hay marketing đa cấp.

Với Marketing Ý tưởng lây nhiễm, điều ngược lại xảy ra - càng lan rộng, các chủ thể lây nhiễm càng hào hứng hơn với quá trình lây lan của mình. Mỗi một lợi ích hay tưởng thưởng mà họ nhận được qua từng bước giao tiếp đồng tình sẽ làm cho họ càng hào hứng hơn với những gì nhận được và câu chuyện họ tự kể cho mình rồi cho người khác nghe sẽ càng lúc càng phong phú hơn. Ví dụ như trong trường hợp của những người đã gởi đi cho bạn bè, người thân quen, các thiệp chúc mừng điện tử của Blue Mountain, 99% là rồi họ sẽ nhận lại một bức thiếp chúc mừng điện tử từ những người mà họ đã gởi cho. Cũng 99% là họ sẽ nhận được một thiệp chúc mừng khác với cái mà họ đã gởi đi. Chính sự thay đổi này sẽ làm cho người ta hào hứng hơn với điều mà họ đã làm và thúc đẩy họ gởi thêm một lần nữa cho những người khác nữa.

Những ý tưởng lây nhiễm một khi đã tạo thành động lực lây lan sẽ càng lúc càng nhân bội và lan rộng không ngừng vì không có những giới hạn lợi nhuận nhất định như trong trường hợp marketing hay bán hàng đa cấp. Đây là điểm khác biệt rõ ràng nhất giữa hai phong cách marketing này. Một bên, càng lúc niềm tin vào những gì mình nhận thức càng được củng cố trong lúc một bên - niềm tin xói mòn dần cùng với quá trình mở rộng.

Theo một cách nào đó, trong thời gian khởi động đầu tiên - việc xây dựng một hệ thống bán hàng hay marketing đa cấp cũng tương tự như việc phát tán một câu chuyện marketing mang tính lây nhiễm. cho dù vẫn đặt căn bản trên tỷ lệ lợi nhuận cao, các công ty xây dựng hệ thống bán hàng đa cấp cũng phải tạo thành những hấp dẫn độc đáo cho sản phẩm hay dịch vụ mà họ muốn bán. Thiếu yếu tố lợi ích độc đáo này, chỉ tỷ lệ lợi nhuận cao không thôi là chưa đủ để thuyết phục những người làm marketing hay bán hàng đầu tiên chấp nhận. Chỉ với thời gian, khi tỷ lệ lợi nhuận không còn đủ sức hấp dẫn đối với những người ở cấp độ cuối trong hệ thống nữa, tính lợi ích hấp dẫn này cũng sẽ yếu dần và tàn theo.

Những người làm marketing ý tưởng lây nhiễm vẫn có thể phải đương đầu với kết quả tương tự như những hệ thống bán hàng đa cấp một khi những lợi ích của sản phẩm hay dịch vụ của họ không được nâng cấp và tạo thành sự hứng thú mới cần có. Tại sao điều này có thể xảy ra? Cũng thật đơn giản và dễ hiểu, không khác gì các sản phẩm hay dịch vụ đã sử dụng hệ thống bán hàng hay marketing đa cấp. Ngay từ bước khởi đầu, những lợi ích từ sản phẩm hay dịch vụ mà họ cung ứng đã không thực đem lại cho người tiêu dùng những lợi ích thật đáp ứng được cho những nhu cầu lâu dài của người tiêu dùng. Chính vì những sản phẩm hay dịch vụ đó chỉ được phát triển nhằm cung ứng cho những nhu cầu nhất thời được tô vẽ để người tiêu dùng nhận lầm là những tiện ích hấp dẫn, độc đáo, nên khi những tiện ích nhất thời và hào nhoáng này không còn đáp ứng được cho những nhu cầu đã thay đổi, chúng mất đi sức hấp dẫn lôi cuốn đã có và không một tiện ích cộng thêm nào có thể làm cho chúng lại có thể mạnh mẽ như đã từng mạnh mẽ trước kia.

Đương nhiên, chúng ta hoàn toàn có quyền sáng tạo nên những sản phẩm hay dịch vụ để đáp ứng cho những nhu cầu nhất thời theo đòi hỏi của sự phát triển xã hội. Điều kiện là những tiện ích của sản phẩm, dịch vụ của chúng ta phải là những tiện ích thật, không tô vẽ một cách không thật. Khi nhu cầu nhất thời này bắt đầu tàn, chúng ta lại có những sản phẩm, dịch vụ nâng cấp hay mới phù hợp hơn để phục vụ. Thương hiệu mà chúng ta tạo thành với những sản phẩm, dịch vụ, phục vụ cho những nhu cầu nhất thời sẽ mãi tồn tại và trở thành một nhận thức, một động lực hỗ trợ cho sự lây nhiễm.

Những thương hiệu sản phẩm hay dịch vụ đã áp dụng phương pháp marketing hay bán hàng đa cấp sẽ tạo thành một hình ảnh không đẹp trong ý nghĩ của người tiêu dùng. Chính hệ thống bán hàng đa cấp đã tạo thành những ý nghĩ không tốt này về sản phẩm hay dịch vụ của thương hiệu. Phần lớn người tiêu dùng ngày nay hiểu những người bán trong các hệ thống bán hàng đa cấp hào hứng vì những gì - họ hào hứng vì lợi nhuận có được chứ không vì lợi ích của khách hàng. Chính điều này làm xói mòn niềm tin thương hiệu trong suy nghĩ của người tiêu dùng. Và rồi, cho dù những công ty này không còn áp dụng hệ thống bán đa cấp nữa nhưng - hình ảnh mà họ tự tạo kia có vẻ sẽ còn đó lâu dài chứ không dễ nhành chóng tan đi.

Chúng ta hoàn toàn có khả năng chuyển một thương hiệu, sản phẩm hay dịch vụ đã từng áp dụng phương pháp bán hàng đa cấp trở thành một thương hiệu được tin tưởng và có thể thành công nhưng khó khăn trước nhất chúng ta cần phải vượt qua là xóa tan đi cái hình ảnh không đẹp mà thương hiệu của chúng ta đã tạo thành trước đó - một sản phẩm chỉ được tạo thành vì lợi nhuận của người sản xuất.

Khó khăn thứ hai là chúng ta phải đo cắt những thông điệp mới cho phù hợp với những gì đã được nhận biết trước kia khi chúng ta ứng dụng hệ thống bán hàng hay marketing đa cấp. Chúng ta cần phải nhất quán với những thông điệp mà mình đã trao đi để có thể xóa tan những ý nghĩ không tốt về mình trong tâm trí người tiêu dùng. Không có điều gì là không thể nhưng phải nói thẳng ra là chúng ta đang phải đương đầu và vượt qua một đỉnh Everest đó.

Chúng ta nên nhớ, chúng ta gần như không thể sử dụng hệ thống bán hàng đa cấp mạnh mẽ mà chúng ta đã tạo thành. Chúng ta có thể tổ chức những khóa huấn luyện, tập huấn đủ kiểu để thay đổi nhận thức bán hàng của những người này nhưng e rằng phần lớn họ sẽ bỏ đi bởi điều mà họ nhắm tới khi tham gia - lợi ích vật chất - đã không còn. Có thể những người ở một số cấp độ đầu tiên trong hệ thống sẽ ở lại và tiếp tục với chúng ta - những người này đã kiếm được khá nhiều từ chúng ta để có thể an tâm tiếp tục. Khó khăn vẫn còn đó, chúng ta cần phải thay đổi nhận thức của những người này về thương hiệu, sản phẩm hay dịch vụ của mình. Chúng ta cần phải thay đổi họ để những người này có thể hào hứng với những tiện ích thật sự đáng giá của những gì họ quảng bá mà tiếp tục một cách hiệu quả như họ đã từng làm được trước kia.

Chúng ta cũng cần biết là thương hiệu mà chúng ta đã tạo thành lúc này không còn có sức mạnh để hình thành động lực lây nhiễm. Chúng ta cần phải xóa bỏ được cái hình ảnh không đẹp đã hình thành trước đã rồi mới có thể hy vọng nhìn thấy sự phát triển mạnh mẽ như mong muốn. Dù sao, ít nhất chúng ta cũng đã có sẵn một số chủ thể lây nhiễm có sức mạnh, đừng bỏ phí mà hãy thay đổi nhận thức của những người này và tận dụng họ để tạo thành sức mạnh lây nhiễm mới cho thương hiệu của mình. Khó, nhưng không có gì là không thể một khi chúng ta sẵn sàng nỗ lực vì những tiện ích thực sự đáng giá mà chúng ta sẽ trao đi cho người tiêu dùng.

Internet - Môi trường phát tán đầy sức mạnh

Sự phát triển quá mức nhanh chóng của mạng Internet toàn cầu đã tự nhiên tạo thành một môi trường lây nhiễm thuận lợi chưa từng có cho sự lây lan các loại ý tưởng lây nhiễm. Mọi người tự nhiên có được trong tay một công cụ lây nhiễm dễ sử dụng và có sức mạnh lan tỏa rộng đến không ngờ. Bất cứ ai cũng có thể trở thành một chủ thể lây nhiễm mạnh với những thuận lợi của môi trường Internet. Dù sao, mọi việc đều có mặt trái của nó, Vào lúc này, khi ý thức Marketing Ý tưởng

Lây nhiễm chưa thực sự được phổ biến, môi trường Internet tương đối còn chưa bị tràn ngập bởi các thông tin marketing hay quảng cáo nhưng chắc chắn trong một tương lai không xa - sự hỗn độn đã từng tràn ngập các môi trường truyền thông sẽ tác động đến môi trường Internet. Đương nhiên, người lướt mạng vẫn có quyền chọn lấy những gì mình muốn đọc, muốn xem, nhưng khi môi trường đã trở thành hỗn độn - người ta tự nhiên nhắm mắt bỏ qua hầu hết mọi thứ có vẻ như là marketing hay quảng cáo.

Dù sao, những thông điệp thực sự hấp dẫn vẫn có sức mạnh của chúng và người ta sẽ phải dừng lại để đọc, để xem. Chắc chắn, tỷ lệ số người ngừng lại để đọc thông điệp sẽ hạn chế nhưng có một điều may mắn cho chúng ta là hầu hết số người này đều có khả năng sẽ trở thành những chủ thể lây nhiễm đầy sức mạnh. Điều quan trọng là chúng ta cần phải có được một ý tưởng đủ mạnh và hấp dẫn để gây ấn tượng và khiến những người này dừng lại với thông điệp của mình và rồi hào hứng chấp nhận đi tiếp các bước trong quá trình giao tiếp đồng tình.

Với các công cụ mà chúng ta có thể dễ dàng tạo thành, tính dễ thẩm thấu của ý tưởng lây nhiễm sẽ được nhân bội. Chúng ta chỉ cần tạo thành ấn tượng để các đối tượng tiềm năng ngừng lại, đọc thông điệp marketing của mình và rồi nhấp chuột vào một đường link dẫn đến trang web của chúng ta. Từ trang web của chúng ta, một quá trình giao tiếp đồng tình thực sự được bắt đầu. Link đến trang web là một lợi thế hơn hẳn của các băng quảng cáo trên Internet so với các loại hình quảng cáo truyền thông khác.

Yoyodine, một công ty do Seth Godin thành lập, đã từng thực hiện một hệ thống quảng bá cho ZDNet.com - một trang web chuyên cung cấp thông tin công nghệ. Đây có thể nói là một hệ thống marketing đồng tình đầu tiên được Seth Godin và các cộng sự của ông thực hiện trên Internet. Trong hệ thống quảng bá đó, mọi bài viết trên trang web ZDNet.com đều có một đường link để người đọc nhấp chuột vào và chuyển trang đó cùng địa chỉ url qua email cho một người quen biết. Khi bài viết hay thông tin đó đủ hấp dẫn và lợi ích, tỷ lệ số người chuyển trang đó cho người quen của họ trung bình là trên 20%. Một tỷ lệ vừa đủ để tạo thành sự lây nhiễm, tuy không thực sự tạo thành động lực lây lan lớn nhưng vào lúc đó cũng đã quá đủ để biến trang ZDNet.com thành một địa chỉ quen thuộc và phổ biến của giới công nghệ thông tin.

Tạp chí Fast Company đã ứng dụng phương pháp lây nhiễm này ngay từ những ngày đầu thành lập. Vào thăm trang web fastcompany.com, chúng ta có thể tìm thấy một danh sách các bài viết của Bill Taylor, người đồng sáng lập, sẵn sàng cho chúng ta tìm đọc (ngày nay còn có nhiều bài của nhiều tác giả khác nữa). Điều đáng nói là ở cuối các bài viết đều có một đường link với giòng chữ click here to send this page to a friend. Ngày nay, tạp chí Fast Company là một tên tuổi mà hầu như mọi người trong giới kinh doanh đều biết đến. Fast Company chỉ mất không đầy mười năm để đạt đến chỗ đứng hiện nay, một trong những tạp chí chuyên đề kinh doanh hàng đầu của thế giới.

Ngày nay, các bài viết, hình ảnh... trên nhiều trang web cũng ứng dụng hình thức marketing đồng tình này nhưng điều đáng nói là ý tưởng ẩn chứa đằng sau các bài viết, hình ảnh đó tác động ra sao đến những ai nhìn thấy chúng? Nếu những gì họ nhìn thấy không chứa chất một ý tưởng đáng giá và hấp dẫn, chẳng ai bỏ thời gian ra để nhấp chuột và gởi đi. Nếu có ai quá rảnh và cũng nhấp chuột vào gởi đi, chúng ta cũng chẳng mong những gì chán ngắt đó được lan truyền và rồi tạo thành một cơn dịch đem lại lợi ích cho trang web đã đăng tải những thứ đó.

Điều quan trọng ở đây là một ý tưởng thực sự đáng giá, mang lại những lợi ích thật, hấp dẫn và có sức mạnh lây nhiễm. Nếu bài viết, hình ảnh... của chúng ta là những gì thực sự hấp dẫn sẽ cung cấp cho người xem, người đọc những lợi ích đáng giá đến mức tạo thành khả năng lây nhiễm, chúng sẽ được nhiều người hồ hởi gởi cho người thân quen của họ và những gì đó của chúng ta sẽ nhanh chóng được lan truyền đến nhiều người. Tất cả những gì chúng ta cần làm khi đã có được một sản phẩm, dịch vụ hay ý tưởng thực sự lợi ích và hấp dẫn là tạo điều kiện để mọi người có thể dễ dàng nhận được và lan truyền đi câu chuyện về chúng ta.

***

- V -

MARKETING CÓ THỰC QUAN TRỌNG?

Định kiến marketing của một thời đã qua

Khi chúng ta nghĩ đến marketing, chúng ta có liên tưởng đến các quảng cáo truyền hình khó ưa hay một câu chủ đề quảng cáo nào đó phải nói là đáng ghét mà chúng ta đã từng biết? Hình ảnh của những người bán hàng không thể tin tưởng, miệng lưỡi trơn lùi chỉ cố giữ chân chúng ta lại để khuyến khích, dụ dỗ chúng ta mua một món hàng có nảy ra trong đầu chúng ta không? Hay tệ hơn, chúng ta có liên tưởng đến các loại thư rác với những người làm marketing từ xa? Dù chúng ta có nghĩ thế nào về marketing cũng chẳng một ai có thể trách được bởi chính những người làm marketing quấy rối đã tìm mọi cách lấn chiếm vào thời gian riêng tư của mình nên chúng ta đã buộc phải có những ý nghĩ không hay như thế về marketing!

Marketing ngày nay đã phát triển khá xa và không còn đơn giản là những cách thức hô hào quảng bá theo kiểu một người đứng giữa ngã ba đường cố hết sức rao hàng thật lớn buộc mọi người phải nghe cho dù có muốn hay không. Những kiểu la làng giữa chợ như vậy nay chỉ còn là một thứ chiến thuật đã lỗi thời.

Marketing ngày nay là lan truyền đi những ý tưởng và việc lan truyền này là giá trị quan trọng nhất trong nền văn minh hiện đại của chúng ta. Hằng triệu người Do Thái, người Somalia, Campuchia hay Sudan, Iraq, đã phải bỏ thây chỉ vì những ý tưởng lạc hướng, vị kỷ và tồi tệ đã được lan truyền! Những tôn giáo đã phát triển hay tàn lụi đi cũng chỉ vì những ý tưởng mà các thủ lĩnh tôn giáo đã chọn. Con người được phổ cập giáo dục, các công ty được thành lập, những việc làm giành được hay mất đi - tất cả đã xảy ra thế này hay thế khác chỉ vì chúng ta biết (hay không biết) lan truyền đi (hay marketing) những ý tưởng.

Một số ý tưởng đã được lan truyền đi quá rộng và tạo thành những tác động to lớn trong lúc những ý tưởng khác, có vẻ quan trọng và đáng giá hơn lại dường như quá chậm chạp để rồi phải lụi tàn đi không để lại tăm tích. Nếu những người làm marketing có thể kể ra một câu chuyện tốt hơn về những vấn đề thực sự cấp bách như thuốc ngăn ngừa dịch bệnh hay gìn giữ hòa bình, cả thế giới này chắc chắn sẽ được hưởng lợi từ đó.

Nếu chúng ta quan tâm đến tương lại của tổ chức của mình, một tổ chức phi lợi nhuận nào đó, hội thánh kia, tôn giáo nọ hay hành tinh này, tất cả đều là những vấn đề có liên quan đến marketing. Chúng là những vấn đề marketing bởi cho dù chúng ta không đứng ở vị trí của một người bán hay mua nhưng chúng ta đang muốn lan truyền đi một ý tưởng, chúng ta là người đang nỗ lực thực hiện marketing.

Một bằng chứng thực tế. Trong những năm gần đây, các công ty dược phẩm vẫn luôn chi phí cho marketing và những hoạt động quảng bá bán hàng nhiều hơn là chi cho công tác nghiên cứu phát triển. Tỷ lệ chi phí này cho thấy - việc lan truyền đi những ý tưởng nằm đằng sau các loại thuốc là quan trọng hơn chính bản thân việc nghiên cứu, phát minh ra các loại thuốc. Với các loại hàng hóa, dịch vụ khác cũng thế - chi phí phát triển và sản xuất vẫn luôn thấp hơn chi phí quảng bá bán hàng.

Trước khi vô tuyến truyền hình phổ biến, marketing tuy đã có nhưng chưa thể hiện được hết tầm quan trọng thực sự của chúng. Các công ty vào thời gian đó vẫn chỉ sản xuất ra các loại sản phẩm tiện nghi - những sản phẩm, dịch vụ, đáp ứng được cho một nhu cầu với một giá đúng và được phân phối tốt, họ gần như nắm chắc được thành công.

Những nông dân ngày xưa không bận tâm làm gì đến việc phải marketing cho các thứ ngũ cốc họ trồng trọt, họ chẳng cần phải tính toán đau đầu - cứ trồng như họ vẫn trồng là đủ. Một người thợ rèn biết chắc là nếu anh ta làm ra những nông cụ tốt với một giá phải chăng, người ta sẽ tìm đến mua sản phẩm của anh. Một người thợ hớt tóc sẽ có những khách hàng riêng trong khu vực của mình mà chẳng phải lo sẽ chẳng có ai, hay có quá ít người tìm đến với mình. Người ta mua những thứ người ta cần và những người có nghề sẽ kiếm được tiền bằng cách cung cấp những thứ đang được cần đó.

Khi truyền hình đã phổ biến, nếu chúng ta có đủ tiền, chúng ta có thể mua thật nhiều quảng cáo truyền hình hay báo chí để kể câu chuyện về mình cho từng người một trong tất cả những người xem, người đọc. Với truyền hình, chúng ta co được 30 đến 60 giây để kể thật ngắn gọn câu chuyện của mình và nếu chúng ta làm tốt công việc của mình, chúng ta sẽ đạt được những yêu cầu. Lúc này, thay vì thỏa mãn một nhu cầu, chúng ta có thể tạo thành một sản phẩm và làm cho người ta ham muốn có được những sản phẩm đó.

Truyền hình là một phép lạ tạo khả năng cho những công ty đã thừa tiền lắm bạc lại có thêm tiền bạc nhiều hơn nữa. Người tiêu dùng vui vẻ hài lòng mà trả thêm để mua những sản phẩm, dịch vụ, mà họ thích. Họ sẵn sàng xếp hàng rồng rắn, sẵn sàng trả giá cao hơn để có được một mẫu xe mới, một loại sản phẩm mới đang nóng, đang được chú ý.

Để phát triển công ty của mình, tất cả những gì chúng ta cần làm chỉ là tự sáng tạo hay thuê các công ty quảng cáo làm cho mình những mẫu quảng cáo có khả năng lôi cuốn tạo thành những yêu cầu và phần còn lại chỉ là sản xuất ra sản phẩm để đáp ứng cho những nhu cầu đó. Các công ty nhanh chóng hiệu chỉnh lại công việc của mình và trở nên say đắm với những việc mà họ nghĩ là họ đang marketing - dùng quảng cáo để hấp dẫn và bán được thật nhiều hàng hóa.

Những người làm marketing vội vã tăng tốc độ. Những sản phẩm thực sự bình thường được bán ra với lợi nhuận cao chỉ nhờ vào tác động của quảng cáo. Những ngành công nghiệp mới được khai sinh, những cửa hàng mới được hình thành (siêu thị, siêu cửa hang…) chỉ để bán những thứ đang là nhu cầu được tạo thành từ quảng cáo truyền hình, báo chí.

Đó là thời của thị trường đại chúng, mọi người tiêu dùng đều như nhau và chúng ta có thể bán gần như mọi thứ cho mọi người. Những thương hiệu tốt nhất vẫn kể những câu chuyện tốt nhất nhưng mọi sản phẩm đều phải dựa vào quảng cáo để tạo thành mãi lực.

Và rồi cũng đến lúc mọi thứ phải thay đổi.

Chỉ trong một nhịp tim, quảng cáo truyền hình khong còn là một thứ phép lạ của những người làm marketing nữa. Là người tiêu dùng, chúng ta hiểu răng mình không nên tin vào những quảng cáo truyền hình nữa, chúng ta không xem nữa và chúng ta nghe được những câu chuyện về thất bại của các loại quảng cáo truyền hình từ nơi này, nơi khác. Dù sao, vào lúc này, khi quảng cáo truyền hình không còn thể hiện được sức mạnh vượt trội như ngày nào nữa thì cũng là lúc marketing có thể tỏ lộ sức mạnh thật của những gì đúng là marketing.

Nếu lúc này chúng ta không còn cảm thấy mình làm marketing được tốt như mong muốn nữa thì cũng chính bởi vì chúng ta đã thực hiện marketing theo cách mà sự phổ biến của quảng cáo truyền thống đã tạo thành. Thời kỳ đó đã qua. Trong thế kỷ vừa qua, những người làm marketing say đắm với việc kể những câu chuyện của mình thông qua quảng cáo và vì vậy đã quên mất là chúng ta còn có những cách khác nữa hiệu quả hơn để lan truyền đi một ý tưởng và lúc này, chỉ quảng cáo truyền thông không thôi là chưa đủ để chúng ta lan truyền đi ý tưởng của mình.

Thời gian mà quảng cáo truyền thông thống trị đã qua, đã đến lúc các ngành công nghiệp phải tự phát kiến lại chính mình. Đây là một cuốn sách nói về một loại hình marketing mới.Về việc gợi ý những câu chuyện với ý tưởng mang tính lây nhiễm chứ không chỉ đơn giản là mua các loại quảng cáo truyền thông hay thực hiện các chương trình quảng bá khuyến mại.

Marketing là về một câu chuyện bởi ý tưởng mà người làm marketing sẽ gợi ý cho người tiêu dùng và nếu người làm marketing đó làm tốt công việc của mình - người tiêu dùng sẽ tự dối mình và rồi lan truyền đi câu chuyện không thật mà họ tự hình thành cho mình đến với những người quen biết của họ. Những câu chuyện rồi sẽ hình thành và có mặt ở khắp mọi nơi trên chốn thị trường của ngày mai.

Một số người làm marketing quá tập trung vào thực tế của những gì họ cung cấp mà không biết phải gợi ý để hình thành câu chuyện đã phải đau đầu tự hỏi là tại sao mình thất bại! Tại sao có những thứ có thể lan truyền và có những thứ không thể? Tại sao một số tổ chức lại nhanh chóng phát triển và rồi cũng lụi tàn đi nhanh chóng không kém trong khi những tổ chức khác bắt đầu chậm chạp nhưng rồi cứ thế phát triển mãi hoài?

Những người làm marketing ngày nay không còn có thể chỉ dùng quảng cáo thôi để kể ra câu chuyện của mình. Thay vì vậy, họ phải sống với những câu chuyện mà mình đã gợi ý hình thành để những ý tưởng có thể lan truyền và sống mạnh mẽ trong tâm trí người tiêu dùng.

Tất cả chúng ta, ai cũng như ai, cũng đang nỗ lực lan truyền đi một câu chuyện về bản thân. Mọi người đều đang nỗ lực, dù ý thức hay không, marketing bản thân mình và chính vì vậy mà marketing là quan trọng! Thậm chí quan trọng đến mức chúng ta có bổn phận phải làm marketing cho đúng. Marketing lúc này là mạnh hơn lúc nào hết. Không quá lời một chút nào khi nói rằng marketing đang thay đổi thế giới này trong từng ngày một. Đã đến lúc phải hình dung ra những cách thức mới mẻ hơn để marketing được thể hiện đúng như nó nên thể hiện!

Nhận thức thay đổi

Có một quán bar hết sức nổi tiếng ở Greenwich Village tên Lucky Cheng's. Nơi này gần như suốt ngày đầy nghẹt những người la ó, hú hét, nhảy nhót, một cách quá mức thoải mái. Nhìn chung, cũng chẳng có gì thực sự đặc sắc hơn so với những quán tương tự khác, chúng ta không thể hiểu được điều gì đã làm cho quán bar này có thể thu hút đông người đến thế. Đồng ý là các cô phục vụ ở đây có vẻ vui vẻ hơn những nơi khác, mặc những bộ trang phục đẹp hơn và cũng có vẻ quyến rũ hơn nhưng... chỉ vậy thôi cũng chưa hẳn đã là khác biệt. Chỉ cho đến khi chúng ta phát hiện ra - tất cả các cô phục vụ điệu đàng kia đều là... đàn ông!

Gió bỗng trở chiều, mọi thứ bỗng đổi thay khác hẳn! không phải bản thân quán bar này hay thức uống, hay khách hàng, hay ông chủ của nơi đó... Cái thay đổi là nhận thức của chúng ta về nơi chốn đó! Chúng ta đã biết được bí mật của nơi đó, chúng ta đã biết được họ tạo thành sự khác biệt ra sao.

Chúng ta sẽ phải công nhận, sự thay đổi nhận thức này của mình về quán bar trên sẽ tạo thành những thay đổi trong ý thức tiêu dùng của chúng ta. Có thể chúng ta sẽ không đến nơi đó nữa nhưng có một điều chắc chắn - sẽ có lúc chúng ta kể cho người quen biết của mình về sự thật mà chúng ta đã biết về quán bar đó. Đây là một cách gợi ý, lan truyền đi câu chuyện về mình. Có thể tốt, có thể xấu, có thể đem lại lợi ích cho những gì chúng ta muốn lan truyền - tất cả tùy thuộc vào mục tiêu định hướng của chúng ta. Định hướng đúng và phù hợp với đối tượng mục tiêu mà chúng ta nhắm đến, chúng ta sẽ thành công. Dù sao, chúng ta cũng nhận thấy là tính dễ thẩm thấu của câu chuyện trên là thấp nhưng với một quán bar ở tầm mức đó có lẽ cũng đã là quá đủ. Lucky Cheng's có thể sẽ có thêm một vài quán bar nữa nhưng để trở thành một tên tuổi danh tiếng như Starbuck... gần như chắc chắn là không bao giờ!

Một khi biết được sự thật, chúng ta sẽ có cái nhìn khác hẳn về sự thành công của một công ty, một thương hiệu. Chúng ta sẽ hiểu (có thể là lần đầu tiên), có sự khác biệt giữa thực tế và những gì không thật mà chúng ta vẫn tự kể cho mình và những người chung quanh. Những gì mà chúng ta vẫn thường nghĩ về các công ty hay thương hiệu nào đó hầu như không có mấy liên hệ giữa những thực tế của các thương hiệu, công ty đó và những gì mà chúng ta vẫn luôn tin tưởng.

Hầu như 95% các chương trình marketing đã tiến hành đều lãnh lấy phần thất bại. Chính vì vậy, đôi lúc, chính những người làm marketing cũng không cảm nhận được hết tầm quan trọng của marketing đối với việc kinh doanh. Có nhiều điều tác động đến sự thành bại của một chiến dịch marketing, vì không nhận biết được chính xác và minh bạch về những tác động có liên quan nên người ta không dự kiến hay xác định được các nguyên nhân dẫn đến thành công hay thất bại.

Cách suy nghĩ, hiểu biết và định kiến của người tiêu dùng nói chung có những tác động nhất định đến thái độ, cách nhìn nhận và nắm bắt vấn đề của một con người. Nếu những gợi ý mà một thông điệp marketing trao đi là phù hợp với thế giới quan của người đó, người này sẽ tin tưởng và có thể hào hứng kể cho người khác nghe những gì họ cảm nhận từ thông điệp đó. Có một điểm mà ít khi những người làm marketing chú ý - thường, người ta chỉ ghi nhận những gì bất thường, thay đổi. Cũng tương tự như khi chúng ta đi trên một chiếc xe cứ mãi chạy thẳng với một tốc độ đều đặn, chúng ta sẽ quên mất là mình đang chuyển động cùng với chiếc xe. Rồi bất ngờ, chiếc xe chuyển hướng hay thay đổi vận tốc, chính lúc này chúng ta mới cảm nhận là mình đang cùng chuyển động với nó. Các thông điệp marketing cũng tương tự, nếu không có những ý tưởng khác biệt, bất thường, các đối tượng mục tiêu của chúng ta sẽ khó nhận biết được những gợi ý mà chúng ta muốn truyền thông đến họ. Chính sự khác biệt này, đương nhiên phải hấp dẫn, phải gây được ấn tượng, và chính cái ấn tượng đầu tiên này là điều làm cho người ta chú ý và ngừng lại để đọc hay xem tiếp, hay suy nghĩ thêm về những ấn tượng đã có đó.

Những người làm marketing tốt sẽ đưa ra những gợi ý bất ngờ, phù hợp với nhóm đối tượng mục tiêu đã định và tác động để họ tự kể cho bản thân và cho người quen biết nghe một câu chuyện hình thành từ ý tưởng marketing ẩn chứa trong thông điệp được truyền thông. Với những gợi ý đúng và những tác nhân lây nhiễm tốt, các đối tượng tiềm năng sẽ dự kiến ra câu chuyện phù hợp với họ và lan truyền câu chuyện họ đã tự hình hình thành cho những người trong nhóm của họ. Khi đã tin tưởng, người tiêu dùng sẽ tự kể và điều chỉnh câu chuyện, chi tiết cho phù hợp với lòng tin của họ về thương hiệu. Khi những điều này xảy ra, câu chuyện mà người tiêu dùng lan truyền sẽ tự nhiên đạt được sức mạnh lây nhiễm hình thành từ niềm tin mà họ có về thương hiệu.

Với thời gian, câu chuyện mà người tiêu dùng tự kể được củng cố bằng những gợi ý mới và nhất quán sẽ càng lúc càng củng cố niềm tin thương hiệu mà họ đã có. Đôi lúc, các hoạt động marketing quá mạnh mẽ đến mức có thể làm thay đổi thế giới quan của người tiêu dùng nhưng... không một chương trình marketing nào có thể thành công nếu không được các đối tượng muốn nghe những gợi ý trong các thông điệp marketing.

Có một ngộ nhận mà hầu hết những người làm marketing thường lầm tưởng. Hầu như mọi người làm marketing đều nghĩ rằng một khi mình chi phí, mình truyền thông và nỗ lực kiểm soát các kênh truyền thông, nhu cầu thị trường cũng như yêu cầu của các đại lý phân phối là mình nắm được quyền hạn chi phối trong tay. Làm lẫn, chúng ta chỉ có thể chi phối một khi người tiêu dùng chấp nhận lắng nghe và tin tưởng vào ý tưởng của thông điệp - bằng từ ngữ, sự thể hiện hay sản phẩm, dịch vụ - mà chúng ta truyền thông.

Chúng ta không có quyền hạn đối với nhu cầu hay những gì mà người tiêu dùng truyền thông với nhau và ngay cả những gợi ý cho câu chuyện mà chúng ta muốn lan truyền. Người làm marketing có quyền gợi ý nhưng hiểu những gợi ý đó theo cách nào lại là quyền của người nghe. Nếu những người làm marketing chưa nhận biết được sự thật này, các chương trình marketing của họ sẽ không thể nào tiếp cận được các đối tượng tiềm năng để có thể làm thay đổi thực tế thị trường.

Có quá nhiều điều để nói và không một ai có đủ được thời gian cần có để nói. Mới, Cải tiến, Năng động, Tươi lành, Không calo, Độc, v.v… và v.v… chúng ta đã phải nghe không biết là bao nhiêu tính từ, hình dung từ, mỹ từ… diễn tả về các sản phẩm, dịch vụ mới, nhiều đến mức - dù những từ nghữ đó có là gì đi nữa thì cũng chẳng thể làm cho chúng ta chấp nhận đúng như những người làm marketing muốn chúng ta chấp nhận!

Không chỉ vì càng ngày càng có quá nhiều chọn lựa cho chúng ta mà các loại sản phẩm hay dịch vụ còn càng lúc càng trở nên phức tạp hơn. Có quá nhiều thứ cần phải hướng dẫn và thực tế này đã đem lại cho người làm marketing những công việc để làm. Nhưng trời ạ, thời gian đâu ra để làm tất cả những việc này với chỉ 60 giây quảng cáo truyền hình hay một bài báo 500 chữ? Những người làm marketing cần phải nói cho người tiêu dùng biết tại sao những sản phẩm mới của họ là đáng để những người này phải trả giá cao hơn? Tại sao những công thức dùng cho sản phẩm của họ là đột phá và tại sao người tiêu dùng nên từ bỏ những sản phẩm hay dịch vụ đang sử dụng? Nhưng... người tiêu dùng có chấp nhận và sẵn lòng để nghe hay không? Không phải chúng ta cứ nói là mọi người sẽ buộc phải nghe!

Càng ngày càng có nhiều đối thủ cạnh tranh hơn và những đối thủ này luôn nỗ lực bằng mọi giá để không cho chúng ta có thể lớn tiếng hơn về những gì chúng ta cần phải nói. Không cho chúng ta được lợi thế để giành lấy sự chú ý của các đối tượng tiêu dùng. Càng lúc càng có nhiều phương tiện truyền thông mới hơn khiến cho chúng ta không còn có thể sử dụng chỉ một vài phương tiện là có thể nói được với mọi đối tượng tiềm năng mà chúng ta nhắm đến.

Người tiêu dùng sẽ tự họ lựa chọn để nghe chỉ những gì họ quan tâm. Chẳng có một ai có khả năng để nghe hay nhìn thấy mọi thứ được truyền thông nữa và họ buộc phải chọn cho mình những gì muốn nghe, muốn thấy. Khái niệm "đề nghị bán độc quyền" (unique selling proposition) tự nhiên không còn sức thuyết phục mạnh mẽ như ngày nào nữa bởi không còn có đủ thời gian để người tiêu dùng kịp nhận ra "đề nghị bán độc quyền đó nữa. Chúng ta ra mặt với thị trường với một "đề nghị bán độc quyền" đúng nghĩa độc quyền nhưng người tiêu dùng, vì lẫn lộn mơ hồ trong sự hỗn độn của môi trương marketing quảng cáo, không thể sẵn sàng để tin tưởng hay nhận ra đề nghị bán tuyệt vời đó của chúng ta. Tuy vậy... những đối thủ của chúng ta lại nhanh chóng nhận ra sự độc đáo của đề nghị đó. Các sản phẩm hay dịch vụ ăn theo "đề nghị bán độc quyền" của chúng ta sẽ nhanh chóng tràn ngập trước khi người tiêu dùng kịp nhận ra "đề nghị bán độc quyền" đó là của chúng ta!

Một số người, chỉ nghe thấy có một phần thông điệp của chúng ta nhưng họ vẫn từ chút nhận thức có được đó mà nhận định. Một số người khác lại bất kể đến những gì chúng ta nói mà chỉ chăm chú vào những gì mà họ cảm nhận được từ biểu tượng thương hiệu của chúng ta. Và những người khác nữa, những người không cần biết đến gì khác ngoại giá cả sản phẩm mà chúng ta giới thiệu và còn nữa...

còn biết bao nhiêu người khác nữa với biết bao ý muốn chủ quan khác nữa!

Và... cho dù chúng ta có được trong tay một câu thần chú có khả năng bắt mọi đối tượng tiềm năng đã nghe thông điệp trở thành khách hàng thì chúng ta cũng không thể sử dụng được vì... làm sao chúng ta biết được những đối tượng tiềm năng nào sẽ sẵn sàng lắng nghe những gì mà chúng ta truyền đạt!

Vì chúng ta chi phí, chúng ta quyết định những thông điệp nào sẽ được lan truyền làm cho chúng ta lầm tưởng rằng đó là quyền hạn của mình. Chúng ta có thể lớn tiếng rằng sản phẩm hay dịch vụ của mình là độc đáo nhưng chúng ta không thể buộc những người nghe hay nhìn thấy thông điệp marketing của mình phải chấp nhận rằng đó là độc đáo. Tự họ, người tiêu dùng, sẽ quyết định sản phẩm hay dịch vụ của chúng ta có thật độc đác hay không theo quan điểm của họ. Có đôi lúc, người tiêu dùng còn phát hiện những điểm độc đáo ở sản phẩm hay dịch vụ mà chính chúng ta cũng chưa bao giờ nhận thấy. Đó chính là sự sống động của marketing.

Không chỉ khái niệm "đề nghị bán độc quyền" phải gánh chịu tác động xấu vì thị trường hỗn độn mà hầu hết các khái niệm marketing đã từng hiệu quả trước đây đều đang phải gánh chịu cùng một tình trạng tương tự.

Cuốn Positioning của Al Ryes và Jack Trout là một trong những cuốn sách marketing hiện đại quan trọng . Cuốn sách này cung cấp cho chúng ta một khởi đầu phải nói là tuyệt vời nhưng dù sao đó cũng chỉ mới là sự khởi đầu. Định vị, như mọi người hiểu và vẫn thực hành là chỉ mới có một chiều. Nếu người khác là rẻ, ta là đắt. Nếu người khác là nhanh, ta sẽ là chậm, và cứ thế... Các tác giả muốn chúng ta chọn lấy một vị thế trên thị trường cho sản phẩm của mình và làm cho người tiêu dùng chấp nhận vị thế mà ta đã chọn. Đó là một cách thức hoạt động đã lỗi thời, khi quảng cáo vẫn còn có thể truyền đạt chính xác câu chuyện về thương hiệu mà chúng ta muốn được lan truyền.

Chúng ta cần phải chọn lấy một vị thế, đúng (hoặc người tiêu dùng sẽ chọn lấy vị thế đó thay cho chúng ta)! Điều đáng nói là chúng ta không thể nào kiểm soát được việc người tiêu dùng sẽ truyền thông với nhau những gì. Một thông điệp một chiều thôi là chưa đủ. Hầu hết những gì người tiêu dùng tìm hiểu và biết được về sản phẩm hay dịch vụ của chúng ta không đến từ các kênh truyền thông mà chúng ta có thể trả tiền để có được. Chúng ta có quyền không cần phải chấp nhận sự thật này nhưng... dù sao chúng ta cũng phải ngước nhìn!

Định vị (hay đúng hơn vị thế hóa) trong thế giới của các câu chuyện marketing là một quá trình dài hơi hơn, uyển chuyển hơn và hòa nhập hơn. Một quá trình ba chiều - chúng ta, đối tượng tiêu dùng của chúng ta và ý tưởng marketing của chúng ta mà người tiêu dùng chấp nhận và hào hứng lan truyền - cứ tiếp diễn mãi hoài hoặc sẽ tan biến đi không để lại chút vết tích, chút lợi ích nào cho chính chúng ta hay các đối tượng tiêu dùng của chúng ta. Tiền bạc, công sức, nỗ lực mà chúng ta đã bỏ ra sẽ bốc hơi nhanh chóng cùng với câu chuyện không thể thành hình kia.

Mọi thông điệp marketing đều có thể làm thay đổi chốn thị trường. Cũng như trong quá trình tiến hóa, cuộc chơi cứ mãi không ngừng thay đổi. Những gì vẫn hiệu quả trong ngày hôm qua thì hôm nay dường như không còn hiệu quả nữa. Trong lúc chúng ta đang đi nước cờ của mình, một đối thủ tạo thành sự thay đổi và toàn thể môi trường cạnh tranh bỗng... không còn như trước nữa! Lý do khiến cho marketing có vẻ như phi lý, không chuyên nhất và kỳ đời là vì nó là như thế! Bởi marketing không giống như hầu hết các chức năng kinh doanh khác, các hoạt động của các đối thủ (cũng như của chính chúng ta) sẽ làm thay đổi tính hiệu quả của marketing trong tương lai. Điều này làm cho môi trường marketing phải luôn biến động và chính vì vậy mà marketing hấp dẫn, đáng chú ý và là quan trọng.

126

Ý tưởng Marketing quyết định sự thành bại

Như chúng ta đã đọc ở phần đầu về sự thành công của loại dầu gội đầu X-Men, đó là một thành công không đến từ thương hiệu mà từ một ý tưởng marketing chính xác - dầu gội dành riêng cho nam giới. Sự thành công của ý tưởng marketing đó đã tạo thành thương hiệu X-Men. Có lẽ không có bao nhiêu người biết được ICP là công ty đã sản xuất ra loại dầu gội này nhưng X-Men thì ai cũng biết đến.

Trong thị trường bất động sản, sự thành công của khu đô thị mới Phú Mỹ Hưng là một thành công đến từ thực tế thị trường chứ không từ một ý tưởng marketing độc đáo. Chọn lấy khu đất gần kề trung tâm Sài Gòn để phát triển khu đô thị mới là một quyết định marketing nhưng ý tưởng đó đã không đem lại thành công thực sự cho Phú Mỹ Hưng. Khu đô thị mới Nam Sài Gòn đã được giới thiệu từ lâu nhưng chỉ đến khi thành hình thực sự, những thực tế thị trường như môi trường đầu tư phát triển, giá nhà đất tăng nhanh, khu đô thị hiện đại và đẹp mắt... mới thực sự làm cất cánh mãi lực cho khu đô thị Phú Mỹ Hưng chứ không phải ý tưởng khu Đô thị Nam Sài Gòn đã tạo thành mãi lực.

Trong khi đó, trường hợp của công ty Phát Đạt với dự án Khu Cao ốc căn hộ cao cấp The EverRich được triển khai vào giữa năm 2007 lại là một trường hợp thành công tức thời đến từ ý tưởng marketing tốt. Tuy dự án The EverRich đầu tiên được bắt đầu từ một địa điểm chỉ tương đối tốt, đường Ba Tháng Hai, Quận 11 giáp ranh với Quận 10 - chắc chắn địa điểm này không thể tạo nên lợi thế cho The EverRich khi so với các khu cao ốc sang trọng khác đang được triển khai ở các quận trung tâm Sài Gòn. Điều gì đã khiến cho các căn hộ của The EverRich bán được hết ngay từ khi dự án chỉ mới triển khai? Đương nhiên đầu tiên là do sức hút của thị trường vào thời điểm đó nhưng... cùng lúc nào có phải chỉ có dự án The EverRich được triển khai và rao bán! Còn có nhiều dự án khác nữa, có cái hơn, có cái kém, nói chung tất cả đều bán được nhưng không phải bán ngay được hết như dự án

EverRich- bởi thế câu trả lời chính xác hơn phải là từ ý tưởng marketing!

Điểm khác biệt lớn nhất đã tạo thành sức hút cho dự án The EverRich là khu nha penthouse trên tầng thượng của các cao ốc The EverRich. Được thiết kế giới hạn chỉ vài chục căn đặc biệt sang trọng với gần như đủ các tiện nghi của một resort trên tầng thượng của các cao ốc The EverRich. "Khu nghỉ mát thu nhỏ trên các tầng cao" của thành phố này chính là điểm hấp dẫn đã tạo thành câu chuyện The EverRich. Những căn nhà đặc biệt sang trên các tầng cao thành phố và cái tên The EveRich đã cộng hưởng để câu chuyện được lan truyền và tạo thành mãi lực cho các khu cao ốc của công ty Phát Đạt. Đương nhiên, chỉ ý tưởng không thôi là chưa đủ để tạo thành ấn tượng thực sự và hấp dẫn được người tiêu dùng. Sản phẩm, dịch vụ được giới thiệu cũng phải thực sự hấp dẫn, chất lượng, khác biệt... để tạo thành nhận thức và niềm tin nơi người tiêu dùng. Trên thực tế, không phải chỉ có Phát Đạt là có các penthouse trên các cao ốc. Nhiều cao ốc khác cũng giới thiệu các căn penthouse của họ nhưng chất lượng và vị thế khác hẳn. Những căn penthouse của Phát Đạt thực sự sang trọng và cao cấp với những tiện ích như một khu resort thu nhỏ cộng thêm điểm khác biệt "trên tầng thượng các cao ốc" đã tạo thành ấn tượng lôi cuốn người tiêu dùng tìm hiểu thêm về các căn hộ và khu resort trên tầng cao thành phố đó.

Marketing là ứng dụng

Nếu chúng ta nghĩ, marketing là những nỗ lực để đưa một sản phẩm hay dịch vụ tiếp cận với thị trường của các loại sản phẩm, dịch vụ tương tự, coi chừng, chúng ta đã đánh giá quá thấp tầm quan trọng của marketing. Nếu chỉ là những nỗ lực tiếp cận thị trường thì đó là quảng cáo, là phân phối, là cổ động bán hàng... những hoạt động marketing phụ trợ. Chúng ta vẫn hoàn toàn có thể thành công với ý thức marketing này nhưng đáng tiếc, đó là và chỉ có thể là những thành công nhất thời mà thôi. Nếu có một điều mà chúng ta đạt được với những thành công marketing kiểu này thì đó chỉ là một nhận thức thương hiệu được củng cố, một nhận thức không thực đem lại cho chúng ta những tưởng thưởng lợi nhuận đáng kể, không giúp cho chúng ta có thể tồn tại vững mạnh trên chốn thị trường trong thời buổi cạnh tranh khốc liệt của những năm đầu Thế kỷ 21 này.

Khi chúng ta quảng cáo, cổ động bán hàng đủ mạnh, đương nhiên chúng ta sẽ có được phần chia thị trường của mình. Các đối thủ trực tiếp hay gián tiếp của chúng ta cũng vậy, họ cũng quảng bá mạnh và cũng giành được cho mình những thị phần tương ứng. Kết quả, chúng ta cũng như các đối thủ của mình, mọi người, ai cũng được một phần chia, những phần chia quá nhỏ nhoi không đủ để chúng ta hay ai đó vượt lên và trở thành một ấn tượng trong tim, trong óc người tiêu dùng. Thậm chí, nhiều lúc, những phần chia này còn không đủ bù đắp cho chi phí mà chúng ta đã bỏ ra cho các hoạt động quảng bá!

Để có thể thực sự là khác biệt và tránh không phải chịu chung tình trạng mạnh không hẳn mạnh, yếu không thật yếu, tương tự như nhau này, chúng ta cần phải thay đổi cách mà chúng ta vẫn nghĩ về marketing. Chúng ta cần phải hiểu rộng hơn, marketing là tạo thành một thị trường chứ không chỉ đơn giản là tiếp cận với một thị trường đã hiện hữu. Điều này không phải mới mẻ gì, vẫn có nhiều người làm marketing hiểu như thế và đã từng hành động như thế nhưng... sau khi thành công, thường thì những người này lại vì sức ép cạnh tranh của thị trường mà buộc phải thực hiện những chương trình quảng bá cổ động đầy tốn kém. Không củng cố được sức mạnh của sự khác biệt mà họ tạo thành. Sản phẩm hay dịch vụ đã tạo thành thị trường mới đó của họ nhanh chóng bị bám đuổi bởi các loại sản phẩm, dịch vụ ăn theo khiến cho họ buộc phải bước chân vào cuộc đua quảng cáo cổ động hầu như chẳng bao giờ có một ai thực sự là người thắng cuộc.

Khi chúng ta nỗ lực tiếp cận một thị trường có nghĩa là chúng ta đã xem sản phẩm hay dịch vụ mình định giới thiệu chỉ là một thứ cùng loại không khác gì với những sản phẩm hay dịch vụ đã có trên thị trường. Tự ý thức bắt đầu, chúng ta đã tự đặt mình vào vị thế cạnh tranh với một sản phẩm hay dịch vụ đang là lãnh đạo của thị trường. Tự thâm tâm, chúng ta đã xem sản phẩm, dịch vụ có trước trên thị trường kia như một tiêu chuẩn để cố noi theo hay vượt qua. Từ ý thức này, chúng ta nỗ lực hình thành hay cải tiến sản phẩm, dịch vụ của mình để cạnh tranh với sản phẩm, dịch vụ mà ta đã chọn để cạnh tranh đó. Khi chúng ta đã chọn để bước bào thị trường theo cách này, đương nhiên, chúng ta đã chấp nhận phải bước vào cuộc đua quảng cáo và cổ động bán hàng. Chúng ta nên nhớ, các sản phẩm đối thủ đó đã tạo thành vị thế của chúng từ lâu trước khi chúng ta góp mặt với thị trường. Những sản phẩm, dịch vụ đó đã giành được vị thế đó cùng với những lợi nhuận lớn từ đó. Lúc này, khi chúng ta bước vào thị trường, các sản phẩm hay dịch vụ đối thủ đó đã có sẵn trong tay nhiều lợi thế hơn hẳn để đối phó, từ danh tiếng cho đến tiềm lực.

Chúng ta cũng nên hiểu, tạo thành một thị trường không phải bao giờ cũng phải bắt đầu với một sáng tạo hoàn toàn mới., một sản phẩm hay dịch vụ chưa từng được cung ứng cho thị trường. Có nhiều cách để chúng ta có thể tạo thành một thị trường hoàn toàn mới cho những gì mình định giới thiệu. Như trong trường hợp của sản phẩm X-Men hay khu resort trên tầng cao thành phố của công ty Phát Đạt. Vẫn chỉ là một thị trường có sẵn nhưng những gì được X-Men và Phát Đạt giới thiệu lại tạo thành một ấn tượng hoàn toàn khác biệt và họ nghiễm nhiên chiếm lấy vị thế lãnh đạo của phân đoạn thị trường mà họ đã tạo thành.

Marketing là tạo thành và truyền bá một ý tưởng "cùng thắng" - những ý tưởng mà cả người lan truyền lẫn người thụ nhận đều đạt được những lợi ích nhất định cho mình. Marketing là tác nhân chính sẽ tạo thành những lợi ích cho con người nhưng cùng lúc cũng có thể gây ra những tai họa khó lường. Chính vì vậy mà marketing là quan trọng.

Sống Marketing

Có một điều tuy thực tế nhưng hiếm ai nhận biết - sống là marketing. Đương nhiên, cũng như mọi chương trình hay chiến dịch marketing kinh doanh khác, ý tưởng marketing định hướng chính là điều quyết định sự thành bại trong công việc, cuộc sống của một con người.

Qua thái độ sống của mình, một con người sẽ được những người quanh họ nhìn nhận con người cũng như tính cách của bản thân đúng như những gì người đó thể hiện trong cuộc sống. Một vị Thánh, một người tốt, người hiền hay một người hung ác, giả dối, ích kỷ, là tùy theo thái độ sống của người đó mà người chung quanh nhận biết.

Thông thường vì không nhận biết sống cũng là một cách marketing chính bản thân nên người ta cứ sống nuông chiều theo những thói quen đã thành hình qua quá trình sống và tác động của môi trường sống. Một cuộc sống như đã sẵn sàng để nhận lãnh lấy bất cứ gì sẽ đến trong tương lai. Những người không có một định hướng minh bạch cho tương lai của mình, cứ sống như đã sống, mơ mộng hão huyền, mơ vọng phi thực tế, cũng tương tự như một thương hiệu, một sản phẩm, không có được những tiện ích đáng giá, một khác biệt đáng chú ý, một ý tưởng rõ ràng để quảng bá và được chấp nhận. Không được chấp nhận, sản phẩm đó sẽ nhanh chóng biến mất hay có sống được thì cũng éo uột khó nuôi.

Sản phẩm cũng có đời sống nhưng chỉ giới hạn, con người khác hơn, có một cuộc sống phong phú, đa dạng và đặc biệt là khả năng tự hoàn thiện tiềm ẩn trong mỗi một con người. Nhờ khả năng tự hoàn thiện này mà con người có thể thay đổi hoàn toàn và vẫn có thể được chấp nhận cho dù có khác đi bao nhiêu so với những tính cách đã được nhận biết trước đó.

Đương nhiên mọi thay đổi đều có những khó khăn nhất định. Không phải cứ muốn là sẽ được mà phải nỗ lực hết mình để thay đổi. Con người cũng vậy mà sản phẩm hay thương hiệu cũng không khác. Cũng không phải cứ nỗ lực hết mình là sẽ thay đổi và được chấp nhận mà còn cần phải có những nỗ lực đúng đắn và khôn ngoan nữa. Không có được một ý tưởng đúng để định hướng cho những nỗ lực của mình, sản phẩm nào, con người nào, rồi cũng phải đối mặt với những khó khăn gần như không thể vượt qua ngoại trừ… khi may mắn! Đối với con người, may mắn đó có thể là một sự cố bất ngờ khiến cho một người có được động lực để đổi thay. Đối với sản phẩm, đó có thể là một xu hướng phát triển mới bỗng hình thành và tạo thành lực hấp dẫn cho sản phẩm. Khi may mắn, ý tưởng định hướng không hẳn đúng trước đó bỗng trở thành phù hợp. Một điều hiếm khi xảy ra.

Một sự cố bất ngờ có sức tác động tích cực hay một xu hướng phát triển hình thành phù hợp là hiếm hoi nên, dù sao, sức mạnh của một ý tưởng marketing đúng vẫn là tiên quyết. Chính vì vậy mà marketing là quan trọng đối với mọi con người, mọi tổ chức.

Trong cuốn Diferentiate or Die của các tác giả Jack trout và Steve Rivkin đã có nhắc đến việc họ được chính phủ Mỹ yêu cầu phát triển ý tưởng marketing cho nỗ lực giảm thiểu số người sử dụng ma túy trên đất Mỹ. Nỗ lực này đã được chính phủ Mỹ phát động nhiều năm qua nhưng không đạt được kết quả nào đáng khích lệ.

Nhiều triệu người Mỹ vẫn mua và sử dụng ma túy, tìm cách thay đổi cách suy nghĩ của những người mê đắm ma túy này là hết sức khó khăn. Vậy làm sao để có thể giảm thiểu nhu cầu về ma túy? Jack Trout đã đi đến kết luận là phải tìm một phương cách để treo một ý tưởng hết sức tiêu cực cho việc sử dụng ma túy. Có nghĩa là phải cần đến một chiến lược tái định vị.

Việc cấm và phạt nặng việc buôn bán cũng như sử dụng ma túy lại tạo thành những điều kiện thuận lợi cho ma túy tràn lan. Giảm thiểu nguồn cung cấp chỉ làm cho tăng giá cùng lúc với lợi nhuận lớn hơn cho những người sẵn sàng chấp nhận rủi ro vì món lợi quá lớn. Bởi giá thành của ma túy thấp và lợi nhuận từ đó lại quá cao, kinh nghiệm cho thấy, không có cách nào khác hiệu quả để loại trừ những người buôn bán ma túy ngoài việc hợp pháp hóa. Quyền hạn của luật pháp chỉ có thể thực sự chứng tỏ hiệu quả ở đây.

Bằng cách tiếp cận vấn đề từ ý thức marketing, Jack Trout nhận thấy có sự tương đồng giữa việc hút thuốc và sử dụng ma túy. Thuốc lá cũng gây nghiện, không bị cấm nhưng phải chịu thuế suất cực cao. Các nỗ lực giáo dục từ trong nhà trường cho đến bên ngoài xã hội về sự tai hại của thuốc lá đã không chứng tỏ hiệu quả và cũng không thể vượt qua được hình ảnh hấp dẫn mà các hãng sản xuất thuốc lá ngấm ngầm hứa hẹn trong các quảng cáo của họ.

Tuy việc quảng cáo thuốc lá bị cấm nhưng các nhà sản xuất chỉ gặp khó khăn trong việc giới thiệu các thương hiệu mới, còn các thông điệp marketing của họ vẫn được quảng bá với nhiều hình thức truyền thông khác. Chỉ ba nét vạch màu xanh dương trên nền vàng cũng đã đủ để người ta liên tưởng tới 555. Chỉ một cái nón cao bồi không thôi là đã đủ để mọi người nhớ đến Marlboro…

Không giống như các nhà sản xuất thuốc lá, người sản xuất, phân phối ma túy không thể dùng quảng cáo để quảng bá một hình ảnh thời trang cho ma túy. Trong khi đó, chính phủ hoàn toàn có thể dùng quảng cáo để tạo thành một hình ảnh phản thời trang cho việc sử dụng ma túy. Nếu làm đúng, hình ảnh này sẽ làm giảm thiểu nhu cầu về ma túy một cách đáng kể. Khi ma túy không còn là một hình ảnh thời trang hấp dẫn nữa, sẽ không còn mấy ai muốn chứng tỏ mình qua việc sử dụng ma túy nữa.

Hiểu được tâm lý người Mỹ là những người coi trọng sự thành đạt, Jack Trout đã đi đến quyết định - một chiến dịch marketing tập trung quảng bá hình ảnh thất bại của những người sử dụng ma túy. Ý tưởng chủ đạo của chiến dịch này sẽ là "Ma túy dành cho kẻ thất bại!" một khi nhận thức này lan truyền, một cú đánh chết người vào nhu cầu ma túy sẽ thành hình. Những người chiếu dưới được chấp nhận nhưng những kẻ thua cuộc thì không. Hình tượng thành đạt được người Mỹ sùng bái và mọi người Mỹ đều muốn trở thành người thành đạt.

Đến lúc này, chiến dịch marketing nhằm giảm thiểu số người sử dụng ma túy với ý tưởng của Jack Trout đã tiến hành được hơn 5 năm. Tuy đã đạt được một số kết quả tích cực nhưng cũng chưa thực gọi là đáng kể bởi ngay từ đầu khi giới thiệu ý tưởng của mình, Jack Trout đã nói rõ đây là một ý tưởng marketing dài hơi và chỉ có thể nhìn thấy hiệu quả thực sự sau một thời gian dài nỗ lực. Tương lai sẽ trả lời cho ta thấy ý tưởng marketing của Trout sẽ hiệu quả ra sao. Cá nhân mình, tôi hoàn toàn tin tưởng vào sức mạnh và tính hiệu quả của một ý tưởng marketing đúng, cho dù ý tưởng đó nhằm mục đích gì cũng không thành vấn đề.

Cũng trong cuốn Differentiate or Die, hai tác giả này cũng nói thêm về một nỗ lực phát triển ý tưởng marketing phi kinh doanh nữa mà họ đã thực hiện cho đảng Dân Chủ trong kỳ bầu cử thượng viện Mỹ 2006. Lần này, Jack Trout cũng đã tìm hiểu và đi đến với một ý tưởng marketing chủ đạo cho chiến dịch tranh cử thượng viện của đảng Dân Chủ. Theo truyền thống, từ trước tới nay, đảng Cộng Hòa vẫn được biết đến như một chính phủ của những người da trắng giàu có, theo đạo Tin Lành và bảo thủ. Vào lúc đó, thực tế xã hội cũng như ý thức của người Mỹ phản ảnh qua báo chí và các phương tiện truyền thông cho thấy đây chính là yếu điểm của đảng Cộng hòa. Từ những hiểu biết của mình, Trout đã đi đến với ý tưởng marketing "cầm quyền vì mọi người, không vì thiểu số." Ý tưởng này đã chứng tỏ sức mạnh và hiệu quả khi đảng Dân Chủ đã từ cuộc bầu cử này vươn lên chiếm đa số trong thượng viện. Một trường hợp cực hiếm khi đảng đối lập đang chiếm ngự tòa Bạch Ốc.

Ngày nay, cả thế giới này hầu như đều bị chi phối bởi các ý tưởng - từ khác biệt cho đến tương tự. Hàng ngày, chúng ta có thể thấy hàng trăm, hàng ngàn thanh thiếu niên nam nữ tương tự như nhau. Cũng gần như cùng một kiểu đầu tóc, một kiểu quần áo, một kiểu giày .. Có quá nhiều người tương tự như nhau, không chỉ ở trong một vùng hay một quốc gia mà là trên toàn thế giới. Ở châu Phi cũng như ở châu Úc, ở châu Âu cũng không khác gì ở châu Á... ở mọi nơi, mọi chỗ, chúng ta đều có thể nhìn thấy những thứ thật quen thuộc như chúng ta vẫn nhìn thấy ở quê nhà. Cũng các thương hiệu đó, cũng các kiểu mốt đó, cũng tất cả những thứ đó... điều gì đang xảy ra vậy?

Chẳng có gì xảy ra cả mà chỉ đơn giản là sức mạnh của các ý tưởng marketing đang thể hiện. Dù chúng ta đang ở đâu, ngay cả ở những quốc gia đang trong cơn khủng hoảng như Iraq hay bảo thủ hết mức như các nước Ả Rập thì chúng ta cũng vẫn thấy những thương hiệu lãnh đạo thị trường thế giới như Coca-Cola, Chivas, Hennessy, Calvin Klein, Nike, OMO, Panthene... có mặt ở đó! Thần tượng chung của giới trẻ thế giới ngày này là nnững Hannah Montana, anh em nhà Jonas... Bởi vậy, chẳng có gì phải ngạc nhiên khi bạn thấy sao mà các cô, các cậu ngày nay ăn mặc và kiểu cách giống nhau như thế. Thế giới ngày nay như thu nhỏ lại, các đường biên giới gần như không còn thực hiện hữu chỉ đơn giản vì những ý tưởng marketing đang tỏ lộ sức mạnh của chúng.

Bởi thế mà marketing là quan trọng. Không chỉ đối với kinh doanh hay xã hội mà ngay cả trong cuộc sống cá nhân của một con người. Các ý tưởng marketing, nói chung, rồi sẽ thống trị thế giới.

Chúng ta thử suy nghĩ về trường hợp sau. Một thiếu niên hiểu được ý nghĩa lợi ích của một ý tưởng định hướng tương lai cho bản thân, cậu sẽ làm những gì và sẽ được hay mất những gì. Đương nhiên, cậu này không hề hiểu marketing là gì nhưng cậu tin là nếu mình có được một ý tưởng để định hướng cho tương lai, cậu sẽ dễ dàng đạt được những gì đó mơ ước dễ dàng hơn. Chúng ta cứ cho là cậu trai này là một người có khả năng suy nghĩ tốt và cậu tự nhận thấy mình có khả năng kỹ thuật qua những việc như mày mò sửa chữa đồ chơi, đồ dùng điện tử, xe đạp hay ngay cả xe máy của ba mẹ nhưng cậu lại có ý thích vi tính cho dù cũng không thực giỏi môn này hơn nhiều bạn khác. Cậu đã suy nghĩ nhiều về việc định hướng cho tương lai trước khi tốt nghiệp và thi vào đại học. Sau nhiều ngày suy nghĩ, cuối cùng cậu cũng có được cho mình một ý tưởng định hướng mà cậu tin là sẽ giúp mình nỗ lực nhiều hơn cho tương lai với ý tưởng đó. Cậu biết là sửa xe thì có nhiều người sửa được tuy sửa thật giỏi cũng không nhiều nhưng đó là một việc nhiều người có thể làm được. Cậu nghĩ đó sẽ là một thú vui như nghề tay trái thôi và vì thích vi tính, cậu nghĩ là mình sẽ tập trung vào lãnh vực này và sẽ thi vào ngành công nghệ thông tin để thỏa mãn mơ ước của mình. Từ những suy nghĩ đó, cậu quyết định ý tưởng định hướng của mình sẽ là - kỹ sư công nghệ thông tin, ngành nghề của tương lai!

Sau khi quyết định, cậu đã nỗ lực học tập những môn học cần thiết cho ngành nghề tương lại của mình và bước đầu cậu đã được những kết quả khả quan - tốt nghiệp và thi đậu vào đại học Công nghệ thông tin.

Sau hai năm học tập, với những hiểu biết thu thập được về ngành nghề, cậu quyết định đổi ý tưởng định hướng của mình thành - thiết kế và bảo trì mạng, ngành nghề của tương lai. Tuy không thực sự thay đổi bao nhiêu nhưng với ý tưởng mới này, định hướng tương lai của cậu thu hẹp lại và có vẻ gần với thực tế hơn. Đến khi ra trường, cậu vào làm cho một công ty thiết kế và bảo trì mạng đúng như dự tính đã định của mình nhưng... chỉ sau vài tháng làm việc, cậu cảm thấy áp lực cạnh tranh đè nặng. Không phải sự cạnh tranh giữa công ty cậu làm việc và những công ty cung ứng giải pháp mạng khác mà là sự cạnh tranh giữa cậu và các đồng nghiệp trong công ty. Không phải cạnh tranh về kỹ thuật mà là cạnh tranh giành mối khách hàng. Lúc này, cậu hiểu thêm được một mặt thực tế nữa của ngành nghề - giỏi chưa hẳn là sẽ được chấp nhận mà cậu cũng phải tự nhận là mình cũng chưa thật giỏi hơn những người cùng làm. Thực tế này làm cho cậu giảm bớt hứng cảm đối với ngành nghề mà mình đã chọn cho mình. Một cách tự nhiên, ý tưởng định hướng mà cậu đã chọn cho mình trước kia mất đi sức mạnh mà cậu vẫn tin là đã hỗ trợ cho mình. May cho cậu, nhờ đã từng nhận được những lợi ích rõ ràng từ một ý tưởng định hướng, cậu lại bắt đầu trăn trở và nỗ lực để xác định cho mình một ý tưởng định hướng mới.

Đương nhiên, lúc này cậu đã trưởng thành hơn nên những ước vọng tương lai của cậu cũng phức tạp và có yêu cầu cao hơn. Cậu không còn dễ dàng xác định cho mình một ý tưởng định hướng như ngày nào nữa. Vấn đề lúc này không chỉ đơn giản là chọn một ngành nghề nữa mà là làm sao để có thể vươn lên thoát khỏi những áp lực cạnh tranh, trước là trong môi trường làm việc và sau nữa là trong cuộc sống.

Môi trường sống đã dạy cho cậu nhiều điều nên lúc này cậu cẩn trọng hơn với các ý tưởng định hướng của mình. Cậu đã quyết định dừng một số ý tưởng nhưng rồi cũng đã nhanh chóng bỏ đi khi cảm nhận rằng đó là những mong muốn không được minh bạch. Thực tế cuộc đời dù sao cũng đã dạy cho cậu nhiều điều - không phải mọi ước muốn đều đáng giá, không phải mong muốn nào cũng luôn đúng mãi với thời gian.

Từ những thực tế và kinh nghiệm có được, cậu cẩn thận suy nghĩ về vấn đề của mình qua nhiều lăng kính khác nhau như mình có thể. Dù sao, cuối cùng cậu cũng có được một ý tưởng mà cậu tin là đúng cho trường hợp của mình trong ít ra là năm ba năm trước mặt. - Ước vọng trong tầm với. Ngắn gọn, đơn giản hơn nhưng cũng thực tế hơn, mở hơn, thoáng hơn với những gợi ý đa dạng hơn.

Tôi không muốn phải tưởng tượng xa hơn nữa, bởi có lẽ đã đủ để chúng ta nhận thấy tầm quan trọng của một ý tưởng marketing trong kinh doanh cũng như trong cuộc sống bình thường của một con người. Không có được một ý tưởng để định hình, định hướng cho công cuộc kinh doanh hay cho tương lai của một con người, hầu như sản phẩm, dịch vụ hay con người đó sẽ buộc phải đối mặt với những chướng ngại không được dự kiến. Một khi còn tồn tại và có một cái nhìn thực sự tích cực về tương lai, mọi sản phẩm, dịch vụ hay con người đều có khả năng thay đổi trở thành phù hợp hơn để có thể tiếp tục phát triển. Vấn đề là còn tồn tại và vẫn luôn đổi mới cho phù hợp với xu hướng phát triển chung.

***

- VI -

BẢN CHẤT Ý TƯỞNG MARKETING LÂY NHIỄM

Một ý tưởng marketing mang tính lây nhiễm là một ý tưởng hàm chứa những gợi ý có khả năng làm cho nhóm đối tượng tiềm năng mục tiêu phấn khích và hào hứng. Từ ấn tượng đó, người ta tưởng tượng ra một câu chuyện, trước hết để kể cho chính họ và sau đó là cho những người quen biết của họ nghe. Không phải mọi ý tưởng marketing đều có khả năng lây nhiễm bởi phần lớn các ý tưởng marketing đã hoặc sẽ được thể hiện không dễ hàm chứa được những gợi ý thích hợp và đủ hấp dẫn để các nhóm đối tượng mục tiêu có thể phấn khích và từ đó tưởng tượng ra câu chuyện mà họ thích thú hình thành.

Chúng ta hãy cùng xét thử ví dụ sau: những ý tưởng như rẻ nhất, tốt nhất hay tiên tiến nhất không thể gợi lên một câu chuyện để người tiêu dùng có thể tin tưởng bởi đó là một ý tưởng quá chung chung và không có được một điểm nhấn nào để tạo thành ấn tượng. Ai cũng có thể tự nhận là tốt nhất, rẻ nhất hay tiên tiến nhất và chính việc có vẻ tự nhận này làm cho người tiêu dùng ngán ngẩm. Cho dù có thể các loại ý tưởng tương tự được thể hiện một cách sáng tạo hơn như 'sản phẩm của tương lai' hay thân mật hơn như 'dịch vụ của bạn' nhưng... dù sao một ấn tượng và gợi ý cần có để các đối tượng tiềm năng có thể cảm nhận rồi suy nghĩ sâu hơn, rộng hơn vẫn hoàn toàn vắng bóng.

Những ý tưởng kiểu như "tốt nhất" chỉ có thể được sử dụng với các thương hiệu đã được chấp nhận là lãnh đạo của thị trường. Ví dụ như Coca-Cola với "thứ thật," một khẳng định mà chỉ Coca-Cola mới có thể dùng và được chấp nhận bởi họ chính là người sáng tạo ra nước cola và họ cũng đúng là một lãnh đạo thị trường. Ở đây, Coca-Cola không gợi ý câu chuyện cho người tiêu dùng mà là nhắc nhở người tiêu dùng về tính kế thừa của mình. Câu chuyện về Coca-Cola đã có sẵn và người tiêu dùng dù muốn hay không cũng phải chấp nhận đó là "thứ thật."

Vào cuối thập niên 1990, Heineken, tuy không phải là loại bia được tiêu thụ mạnh nhất ở thị trường Việt Nam nhưng đó là thương hiệu bia mà mọi người Việt Nam phải chấp nhận là lãnh đạo của thị trường. Lúc đó, ý tưởng marketing chính của Heineken trên thị trường thế giới là câu chủ đề "How refreshing! How Heineken!" (Khỏe khoắn làm sao! Heineken làm sao!) nhưng ở Việt Nam câu chủ đề được đổi thành "Loại Bia hàng đầu." Cũng tương tự như Coca-Cola, chỉ Heineken mới có thể sử dụng các ý tưởng kiểu khẳng định này như một lời nhắc nhở bởi thương hiệu của họ đã được chấp nhận là hàng đầu - Heineken là lãnh đạo thị trường. Đó là loại ý tưởng mà các thương hiệu ăn theo hay ngay cả hạng nhì cũng không thể sử dụng.

Nói vậy cũng không hẳn đã là thế. Thương hiệu nước ngọt hàng đầu thế giới Coca-Cola đã từng phải lãnh nhận một thất bại hết sức đắng cay vào năm 1985 chỉ vì một ý tưởng marketing đi ngược lại với suy nghĩ và thế giới quan của người tiêu dùng. Với ý tưởng "The best just got better" (thứ tốt nhất còn tốt hơn nữa), Coca-Cola đã tung ra thị trường sản phẩm New Coke với định ý để thay thế loại nước ngọt Coca-Cola truyền thống. Người tiêu dùng không thể chấp nhận cái "tốt hơn cái tốt nhất" đó và nỗ lực thay đổi này của Coca-Cola đã trở thành một thất bại marketing điển hình nhất của mọi thời. Điều đáng nói ở đây là chiến dịch marketing này lại do một người làm marketing nổi tiếng là Sergio Zyman chủ trì. Sự ngạo nghễ và niềm tin sai lầm là quyền lực marketing hoàn toàn thuộc về mình mà không cần kể đến ý thức của người tiêu dùng đã đem đến thất bại đầy cay đắng này cho Coca-Cola.

Khi chúng ta hình thành và muốn xây dựng một thương hiệu mới, ý tưởng của chúng ta cần phải gợi mở để nhóm đối tượng tiềm năng đã định của mình có thể từ đó sáng tạo nên những câu chuyện của họ. Khi chúng ta đi tìm một ý tưởng marketing mới cho một thương hiệu đã là biểu tượng của thị trường, ý tưởng đó chỉ cần là một nhắc nhở bởi chỉ cần cái tên thương hiệu đó thôi đã là quá đủ để tạo thành ấn tượng. Sự khác nhau của một thương hiệu lớn và một thương hiệu mới chính là ở chỗ này và điều đáng nói là có nhiều người làm marketing vẫn lầm tưởng và cho rằng thành công của một chiến dịch marketing cho một thương hiệu lãnh đạo thị trường là kết quả của một ý tưởng marketing sáng giá. Nếu chúng ta là một Heineken thì dù ý tưởng marketing của chúng ta có là "How refresshing! How Heineken!" hay "It can only be Heineken" (chỉ có thể là Heineken) thì cũng vậy, Heineken vẫn là Heineken.

Đầu năm 2000, hãng bia Sài Gòn xây dựng lại hình ảnh thương hiệu của mình như một sản phẩm cao cấp và họ đã tung ra thị trường một loại bia cao cấp để cạnh tranh thị phân, nói chính xác là với Tiger, loại bia đang chiếm lĩnh thị phần cao vào lúc đó. Loại bia Sài Gòn mới được giới thiệu với thị trường trong chai nhỏ màu xanh và được ngầm gọi là Sài Gòn lùn. Công ty Bia Sài Gòn đã giao phần thực hiện quảng cáo kích hoạt thương hiệu cho công ty quảng cáo StormEye và Phạm Ngọc Hưng, giám đốc sáng tạo của công ty vào lúc đó, đã tạo thành một ý tưởng quảng cáo với một câu chủ đề gợi ý thật hay - "có thể bạn không cao nhưng người khác vẫn phải ngước nhìn." Một ý tưởng marketing với những gợi ý hoàn toàn phù hợp với nhóm đối tượng tiềm năng mục tiêu, những người Việt Nam muốn chứng tỏ sự khác biệt với sản phẩm Việt Nam, và quả thật bia Sài Gòn Lùn đã cất cánh. Những người uống bia Việt Nam kháo nhau về câu chủ đề này và nhiều người đã cảm thấy như giá trị bản thân được chứng tỏ cùng với câu chủ đề gợi ý đó.

Đương nhiên, chỉ một ý tưởng marketing tốt thôi là chưa đủ để đem đến một thành công lâu dài một khi những nỗ lực phối hợp khác không được chăm chút đầy đủ và nhất quán. Hệ thống phân phối yếu kém là lý do chính đã làm cho thương hiệu bia Sài Gòn mới này không thể mãi cất cánh, tuy không chết nhưng vẫn dần bị quên lãng vì những thực tế mới của một thị trường không ngừng biến động. Dù sao đây cũng là một ví dụ đáng ghi nhận về một nỗ lực marketing ý tưởng mang tính lây nhiễm.

May mắn thay, sau một thời gian bị quên lãng và chìm đắm, công ty Bia Sài Gòn quyết định đẩy mạnh quảng bá cho nhãn hiệu bia này và quảng cáo đã hình thành nên nhãn hiệu này được sử dụng lại và vẫn chứng tỏ được sức mạnh lây nhiễm của nó. Cùng với nỗ lực phân phối tốt, đầu năm 2014, nhãn hiệu bia Sài Gòn Xanh đã được chấp nhậ và giành lấy thị phần xứng đáng của mình.

Cũng trong năm 2000, một thương hiệu nhà sách mới được thành lập ở thành phố Hồ Chí Minh, Nhà sách Mbook, một nhà sách chuyên về sách marketing nguyên bản Anh ngữ với một câu chủ đề ngầm gợi ý thật thân thiện - "Mbook là của bạn!" (Mbook is yours!). Đương nhiên, nhà sách nhỏ này không thể nổi lên với chỉ câu chủ đề đó. Do tầm mức của mình, họ không thể quảng cáo báo chí hay truyền hình nhưng họ cũng phải thực hiện một số nỗ lực quảng bá khác để có thể được biết đến rộng rãi. Tuy những nỗ lực quảng bá của họ chỉ giới hạn trong việc chỉ phát đi hơn 10.000 doanh thiếp và tời rơi nhưng cũng đã được chấp nhận tương đối rộng rãi và có thể nói là chính nhờ câu chủ đề gợi mở này mà câu chuyện về nhà sách đã được lan truyền nhanh chóng. Họ đã thành công và Mbook đã trở thành một thương hiệu được biết đến rộng rãi nhưng... ngày nay, nhà sách nhỏ này không còn tồn tại nữa trong sự tiếc nuối của khá đông người trong giới marketing.

Qua hai ví dụ trên, chúng ta có thể nhận thấy, với chỉ một ý tưởng marketing thôi là chưa đủ để một thương hiệu có thể phát triển và mãi tồn tại vững mạnh, cho dù đó có là một ý tưởng mang tính lây nhiễm mạnh mẽ tới đâu. Đó cũng chính là lý do tại sao các thương hiệu đầy sức mạnh như Intel, Microsoft... vẫn phải không ngừng nỗ lực quảng bá để nhắc nhở với người tiêu dùng về mình cho dù họ đã thực sự là một lãnh đạo không thể thay thế của thị trường.

Thế giới quan của người tiêu dùng có trước các ý tưởng marketing

Đây là một trong những hiểu biết căn bản mà những ai muốn tạo thành ý tưởng marketing mang tính lây nhiễm cần phải ghi nhớ. Bởi chúng ta muốn có được ý tưởng đáng giá này là để tác động và gợi ý cho người tiêu dùng sáng tạo nên những câu chuyện nói về mình nên - trước hết, những người làm marketing cần phải nắm vững tâm lý tiêu dùng, thái độ sống cũng như những nhu cầu hay mong muốn tiềm ẩn của những người trong nhóm đối tượng mục tiêu mà mình nhắm đến.

Nếu chỉ nhàn xét một cách hời hợt, dường như mọi người đều có những mong muốn tương tự như nhau. Tất cả chúng ta đều muốn được an toàn, mạnh khỏe, thành công, được yêu mến, tôn trọng, hạnh phúc và xinh đẹp. Tất cả đều muốn có đủ tiền để mua tất cả những gì mong muốn.

Nếu mọi người đều có những mong muốn tương tự như nhau vậy tại sao người ta phải dùng quá nhiều cách khác nhau để đạt đến những thứ tương tự như nhau? Tại sao mọi người không cùng dùng chỉ một loại xe hay điều hành những nhà máy sử dụng cùng một kỹ thuật sản xuất như nhau? Sao lại có người chỉ dám mua những bộ quần áo đáng giá vài trăm ngàn và lại có những người sẵn sàng bỏ ra cả chục triệu cho một bộ quần áo?

Điều gì đã tạo thành những khác biệt đó?

Thế giới quan - cách nhìn nhận sự việc một cách chủ quan - của một con người, hay nói chính xác hơn - một nhóm người, là điều đã tạo nên những khác biệt đó cho dù mọi người đều có những mong muốn tiềm ẩn tương tự như nhau. Ai cũng muốn được hạnh phúc nhưng mỗi một tầng lớp lại có những quan điểm về hạnh phúc hoàn toàn khác nhau. An toàn với người này chỉ đơn giản là làm chủ một số tiền 10 triệu nhưng với người kia lại là có được một chỗ ở sang trọng trị giá hàng chục tỷ của riêng mình. Những mong muốn đó, nhu cầu tiềm ẩn đó của mọi người đều tương tự như nhau nhưng đó chỉ là những khái niệm sống có ý nghĩa hết sức tương đối. Mỗi nhóm người mỗi khác nhau và những quan điểm về nhu cầu hay mong muốn này cũng luôn thay đổi cùng với thời gian, cùng với sự phát triển hay tụt hậu của mỗi một môi trường sống, mỗi một con người.

Thế giới quan là một tập hợp những quy luật, niềm tin, giá trị, định kiến, thành kiến và dự kiến mà người ta tự hình thành cho mình qua quá trình sống và thế giới quan này cũng thay đổi, tuy chậm, theo môi trường sống và quá trình phát triển của một con người.

Khong hiểu, không biết được thế giới quan đang hiện hữu của một nhóm đối tượng tiềm năng mục tiêu, chúng ta không thể có được một ý tưởng marketing sáng giá có khả năng tạo thành ấn tượng và tác động đến nhóm người này để có được một câu chuyện marketing mang tính lây nhiễm. Mỗi một con người đều có hàng loạt những thành kiến, định kiến, dự kiến và ý thức giá trị riêng tạo thành những thế giới quan dưới ảnh hưởng của gia đình, trường lớp, nơi chốn sinh sống và những kinh nghiệm sống đã có. Thế giới quan của một người là cặp kính mà người đó nhìn qua để xác định là nên hay không nên tin vào một ý tưởng, một câu chuyện. "Những cặp kính bóp méo sự việc" như Red Maxwell, một chuyên gia thiết kế và xây dựng thương hiệu nổi tiếng, đã nói. Với cặp kính của mình, mỗi nhóm người tiêu dùng sẽ nhìn thấy những mặt thực tế khác hẳn so với những gì mà chúng ta, các đồng nghiệp hay ngay cả những khách hàng khác của chúng ta nhìn nhận.

Nếu một người có cảm nhận là mình bị gạt khi mua một món hàng hay dịch vụ nào đó, thế giới quan của người này đối với người bán hay sản phẩm, dịch vụ đó sẽ hoàn toàn khác với một người chưa từng có cảm nhận bị lừa dối. Nếu một người cảm nhận công việc văn phòng của mình đang là an toàn, chẳng có gì có thể bắt được người này tin rằng mở ra một công cuộc kinh doanh của riêng mình mới thực sự là tốt và an toàn hơn!

Những con người khác nhau có những thế giới quan khác nhau. Người ta có thể cùng nhìn một dữ kiện như nhau nhưng sẽ có những quyết định hoàn toàn khác nhau.

Định kiến - một trong những yếu tố hình thành thế giới quan - là những tin tưởng chủ quan của một số người mà một ý tưởng marketing dùng để gợi ý phù hợp với thế giới quan của nhóm đối tượng tiêu dùng tiềm năng.

Không cố công thay đổi thế giới quan của người khác. Không sử dụng thực tế để chứng minh và mong muốn thiên hạ thay đổi những định kiến hay thành kiến của họ. Chúng ta không thể có đủ thời gian và chi phí để hoàn tất công việc đội đá vá trời này. Thay vì vậy, hãy xác định một phân khúc đối tượng tiềm năng với thế giới quan của họ và đóng khung ý tưởng của chúng ta với những định kiến và dự kiến phù hợp với thế giới quan đó, chúng ta sẽ giành được niềm tin của những người này.

Nếu muốn hấp dẫn thỏ, hãy dùng cà rốt Đó là một cách cá cược luôn bảo đảm tính an toàn. Với những sản phẩm phức tạp hơn, những thứ mà người ta muốn chứ không cần, mọi chuyện cũng trở nên phức tạp hơn. Ngay cả những người tiêu dùng không dư giả gì mấy ở các nước đang phát triển cũng ưu tiên cho việc mua những gì họ muốn và thường bỏ qua những cơ hội để có được những gì họ cần.

Nghĩ về một thị trường như một khối đối tượng tiềm năng đồng nhất là một cái bẫy mà những người làm marketing rất dễ sa chân vào. Không phải tất cả đều muốn chỉ những thứ như nhau.

Ngày nay không chỉ có quá nhiều thứ cho người ta chọn lựa mà ngay cả những khác biệt như trình độ, xuất thân và ham muốn cũng mở rộng và thật nguy hiểm, đến mức dại dột, khi cho rằng mọi người tiêu dùng đều mong muốn gần như tương tự với nhau. Cũng nguy hiểm không kém khi tin rằng tất cả những con người đáng yêu và khôn ngoan này đều luôn hợp lý.

Thị hiếu, tuy có ý nghĩa hẹp hơn nhưng phần nào đó có thể xem là một cách nói khác về thế giới quan của một con người. Thế giới quan, hay thị hiếu, chính là điều khiến cho hai người khôn ngoan như nhau, cùng tiếp cận một vấn đề với những dữ liệu giống nhau lại nhìn nhận sự việc không giống nhau rồi đi đến những kết luận khác nhau. Không phải vì hai người này đã tiếp cận với dữ liệu theo hai cách khác nhau hay có khả năng nhận định không như nhau. Đơn giản chỉ vì họ đã tự đặt mình vào những thế giới quan khác nhau từ trước khi vấn đề được đặt ra.

Một ý tưởng marketing chỉ có thể thành công khi có được đủ một số lượng người với thế giới quan tương tự như nhau chấp nhận cho người làm marketing tiếp cận.

Nếu vậy, thay đổi một thế giới quan thì sao? Đôi khi có những người làm marketing may mắn hay tài giỏi đã từng thực sự vượt qua được thị trường và tạo nên sự đổi thay. Steve Jobs đã làm được điều này với Macintosh và rồi với iPod, iPad. Sean Fanning, người sáng lập Napster, website chia sẻ nhạc miễn phí, đã dạy cho cả một thế hệ thanh thiếu niên Mỹ tin rằng âm nhạc là tài sản chung của nhân loại. Chúng ta cũng nên ghi nhận rằng tạo nên sự thay đổi là một việc thực sự vinh quang nhưng hiếm khi những vinh quang tương tự mang lại lợi nhuận tương xứng với chi phí cũng như nỗ lực bỏ ra.

Những người làm marketing không ngần ngại gì khi quyết định dùng những mẫu quảng cáo khác nhau dành riêng cho đàn ông hay phụ nữ, người giàu hay người nghèo, những ai thường du lịch hay những ai hiếm khi… Sai lầm là, thường, chúng ta phân khúc thị trường chưa đủ. Chúng ta không có chỉ vài chục hay vài trăm phân đoạn thị trường. Trên thực tế có đến hàng chục ngàn phân đoạn khác nhau và mỗi một phân đoạn này bao gồm những con người cùng chia sẻ một thế giới quan tương tự như nhau.

Người làm marketing chỉ nên dùng một định kiến để kích hoạt một thế giới quan hiện hữu chứ không để thay đổi. Cơ hội của chúng ta là xác định thế giới quan của một nhóm đối tượng tiềm năng mục tiêu và rồi đóng khung ý tưởng marketing của mình theo cách mà những người chia sẻ cùng một thế giới quan này sẽ quan tâm và rồi hào hứng mở rộng những gợi ý của chúng ta thành câu chuyện của họ.

Trong ví dụ về nhà sách Mbook đã nói, từ gợi ý "là của bạn" một người sẽ có cảm giác thân thuộc để tiếp tục tìm hiểu và rồi đọc được thêm một số ý tưởng gợi ý khác nữa trên doanh thiếp của nhà sách này.

Mbook + hiểu biết của bạn =   Tri thức của bạn

Mbook + Tri thức của bạn =   Kiến thức của bạn

Mbook + Kiến thức của bạn =   Túi tiền của bạn

Với những gợi ý mở như trên, người đọc sẽ cảm thấy thắc mắc về Mbook và bắt đầu tự nói với mình về những gì anh hay cô nghĩ hay tưởng tượng ra về nhà sách đó và câu chuyện về nhà sách Mbook bắt đầu được lan truyền trong nhóm đối tượng mục tiêu. Bằng cách đó, chỉ trong vòng chưa đầy một tháng, nhà sách nhỏ tọa lạc trên một con đường cũng nhỏ này đã thu hút được một lượng khách khá lớn ghé thăm - từ những người làm marketing chuyên nghiệp cho đến các doanh nhân và ngay cả những người yêu sách cũng như một số chủ nhà sách lớn cũng tìm đến để tìm hiểu về về đối thủ cạnh tranh tiềm tàng này.

Thế giới quan không chỉ ra chúng ta là ai. Đó là những gì người ta tin tưởng, những niềm tin mà người tiêu dùng chấp nhận trong một thời gian nào đó

Mọi người không thể có cùng một thế giới quan như nhau. Thị trường đại chúng đã từng chi phối cả một thời đại này đang hấp hối. Chúng ta có thể được sinh ra đời này một cách bình đẳng nhưng thế giới quan của chúng ta được hình thành không giống như nhau. Từ những ngày còn thơ ấu, các cậu bé, cô bé, đã tự hình thành những thế giới quan của mình và đã từng nhiều lần tự kể cho mình nghe những câu chuyện không thật được gợi ý từ thực tế của môi trường sống.

Cùng với sự phát triển của cả thị trường, những lực tác động đến thế giới quan của người tiêu dùng cũng nhanh chóng mở rộng theo. Bước vào chốn thị trường mà không biết đến những thế giới quan khác nhau của vô số các nhóm đối tượng tiềm năng cũng tương tự như muốn tìm cách giải mọi bài toán, đơn giản cũng như phức tạp, cho đến phức hợp, với chỉ một công thức nhất định.

Marketing sẽ thể hiện hiệu quả hơn khi nhắm đúng vào các đối tượng tiềm năng là một hay vài nhóm người cùng chia sẻ một thế giới quan tương tự với nhau - một thông điệp với ý tưởng phù hợp, nhấn đúng vào những mong muốn (tiềm ẩn hay đã rõ) của nhóm người cùng chia sẻ một thế giới quan đó sẽ khiến cho những người này sẵn lòng tin vào những gợi ý mà người làm marketing hàm chứa trong những thông điệp họ trao đi.

Việc chúng ta có là ai, nổi tiếng hay không, giàu hay nghèo, quan trọng hay tầm thường, không có chút tác động gì đến việc chúng ta nhìn nhận hay chối bỏ một sản phẩm hay dịch vụ. Chính thế giới quan đã hình thành qua quá trình sống của một con người mới là điều tác động đến nhận thức của người này. Thế giới quan hay thị hiếu này sẽ tác động đến nhận thức một con người qua ba yếu tố:

1- Sự chú ý: thế giới quan của người tiêu dùng sẽ quyết định việc người này có chú ý đến một điều gì đó hay không. Nếu người này không nghĩ là mình cần đến một máy tính tốt hơn, hiếm hoặc không bao giờ người này lại ghi nhận những thông tin liên quan đến máy tính.

2- Thành kiến: mỗi người đều có sẵn định kiến về những gì họ thích hay không thích. Khi một sản phẩm hay dịch vụ mới xuất hiện trước mắt họ, những định kiến này sẽ tô vẽ chúng theo những định kiến đã có đó.

4- Giọng điệu: người tiêu dùng quan tâm đến một việc được nói ra hay thể hiện như thế nào cũng quan trọng như bản thân việc được nói đến. Họ quan tâm đến việc chọn lựa các nguồn truyền thông, giọng điệu thể hiện, từ ngữ được dùng, hình ảnh, màu sắc và ngay cả hương vị cảm nhận được. Khi một ý tưởng được thể hiện bằng một giọng điệu xa lạ, ý tưởng đó khó có thể được những người này chú ý.

Xác định khả năng tác động của thông điệp marketing đối với thế giới quan của các nhóm đối tượng tiềm năng là yếu tố thường bị bỏ qua và đây chính là lý do khiến cho hơn 90% các nỗ lực marketing không thể hiện được tính hiệu quả.

Quá rõ ràng, mọi người không thể giống như nhau và những khác biệt này giải thích tại sao người ta lại quan tâm hay sẽ bỏ qua một thông điệp. Không chấp nhận thực tế này nên những người làm marketing vẫn xử sự cứ như mọi người tiêu dùng đều có thể là khách hàng tiềm năng của mình. Có nhiều người tin tưởng một cách ngây thơ là tất cả những ai nhìn thấy thông điệp marketing đầy sáng tạo của mình rồi sẽ cuống cuồng tìm đến để giành mua cho được sản phẩm hay dịch vụ mà họ quảng bá. Không đâu các bạn của tôi ơi, người tiêu dùng có rất nhiều cấp hạng và mỗi một cấp hạng này chỉ chấp nhận và hào hứng với những ý tưởng được đo cắt cho riêng nhóm người của họ mà thôi!

Đương nhiên, không phải mọi người tiêu dùng đều giống nhau nhưng họ cũng không hẳn hoàn toàn khác nhau. Người ta sẽ tập hợp lại với nhau trong một thế giới quan và công việc của chúng ta là phát hiện ra những nhóm người này và đóng khung một ý tưởng với những gợi ý dành riêng cho họ.

Có những người mẹ trẻ tin tưởng rằng chỉ có thế hệ sản phẩm giáo dục kế tiếp mới thực sự tốt cho đứa con bé bỏng của mình và cũng có những vận động viên thể hình chắc chắn tằng chỉ có những thành phần dinh dưỡng bổ sung sắp được phát minh mới có thể giúp họ đạt được một thể hình hoàn hảo nhất.

Mỗi một người trong từng nhóm riêng biệt này đều muốn được nghe những ý tương marketing xác nhận cho thế giới quan của họ. Giới hạn phân biệt những nhóm người này cũng không hẳn rõ ràng - có những người trong nhóm này cũng chia sẻ chung một thế giới quan với những người của một nhóm khác và ai cũng muốn tin rằng thế giới quan của mình là đúng đắn nhất và đều muốn những người chung quanh chấp nhận quan điểm của mình.

Baby Einstein, một nhánh của Walt Disney,trong năm 2004 đã bán ra hơn 150 triệu USD tiền băng đĩa hình dành cho trẻ từ mới sinh đến vài tháng tuổi. Những sản phẩm có vẻ như vô ích với trẻ nhưng lại hấp dẫn những bà mẹ trẻ muốn được nghe một câu chuyện phù hợp với thế giới quan của mình. Những bà mẹ trẻ này mua câu chuyện, tin vào những lời không thật và sẵn sàng chia sẻ câu chuyện tưởng tượng của mình với mọi người về kinh nghiệm dạy trẻ sơ sinh qua băng hình! Những người đã mua băng hình Baby Einstein rõ ràng đã đồng lõa với câu chuyện dường như không thật do công ty này gợi ý. Các bé có học được gì qua các băng hình đó hay không là hoàn toàn tùy thuộc vào niềm tin của các bậc cha mẹ. Nếu chúng ta tin, chắc chắn con em hay cháu của chúng ta sẽ nhận được những lợi ích mà chúng ta tin tưởng, Nếu chúng ta không tin, cũng đương nhiên, con em của chúng ta nào có được xem đâu mà nhận được lợi ích!

Những người làm marketing của Baby Einstein không hề lừa dối người tiêu dùng, họ tin như vậy và đã thể hiện như vậy.

Có một điều, cho dù những người có thế giới quan khác hẳn và không thể tin vào những giá trị được giới thiệu là có lợi cho các bé này cũng vẫn có thể mua các loại băng hình này về cho con em của họ chỉ vì đã nghe một người bạn, một người hàng xóm hay một ai đó nói về kinh nghiệm sử dụng những băng hình này. Chúng ta không tin nhưng không chắc là chúng ta sẽ không mua chỉ vì không tin. Có đáng gì đâu vài chục ngàn, mua chỉ để thỏa mãn chính sự tò mò của chúng ta.

Phải chăng đó chỉ là một thị trường ngách. Dù sao đó cũng là một thị trường đã định hình, cho dù có nhỏ. Từ mãi lực đã đạt được, thương hiệu này đã có được một lợi thế. Nếu những người ở Baby Einstein không tin rằng sẽ có những người chia sẻ quan điểm này, sản phẩm của họ đã không được phát triển và giới thiệu. Bất cứ ai cũng có khả năng tìm ra những thị trường bị bỏ qua bằng cách tập trung vào những con người có cùng một thế giới quan tương tự như nhau.

Đương nhiên, những người có cùng một thế giới quan không phải là toàn thể một thị trường mà chỉ là những phân khúc. Tôn trọng thế giới quan của những người trong từng phần phụ một đó của thị trường là điều quyết định nếu chúng ta muốn thành công trong việc đóng khung một định kiến và tạo thành một ý tưởng phù hợp cho một nhóm người.

Khi dầu gội X-Men được giới thiệu, có mấy ai lại nghĩ là đàn ông cũng cần có một loại dầu gội dành riêng cho mình. Từ trước tới nay, họ vẫn dùng chung dầu gội với mẹ, với vợ, với chị em gái của họ mà... có sao đâu! Trước đó, những loại dầu gội ngầm ngụ ý dành cho quý ông như Clear, Head & Shoulder hay Romano cũng đã có mặt trên thị trường nhưng không thương hiệu nào tự nhận là dầu gội của các ông như X-Men. Ngân sách marketing eo hẹp nhưng những người làm marketing ở ICP có được một định hướng tập trung thật tốt - dầu gội cho những người đàn ông đích thực. Hiểu bản chất của người phụ nữ là lo cho chồng, cho con hay anh em trai... thông điệp của ICP đã gợi ý trực tiếp - yêu chồng, hãy mua cho anh loại dầu gội của riêng anh! Không chỉ thế, nhiều quý cô khác lại còn mở rộng hơn nữa khi mua cho anh em hoặc bạn trai của mình loại dầu gội 'đàn ông đích thực' này.

Bám vào một định kiến, một định hướng tập trung nhất quán, X-Men đã được số động chấp nhận và trở thành một thương hiệu mạnh trên thị trường.

Không phải một thế giới quan chưa được xác định là không có và cũng không phải mọi thế giới quan đều có thể trở thành một thị trường tiềm tàng. Chúng có thể quá nhỏ hay không thích hợp, hay ở quá xa ngoài rìa thị trường chính. Dù sao cũng vẫn còn đó quá nhiều nhóm người không đáng bị bỏ qua, họ bị làm ngơ chỉ vì những định kiến marketing truyền thống đã lỗi thời.

Một số nhóm người này có thể nhỏ bé nhưng đó là những người có thể cảm được ý tưởng của thông điệp và đi cùng với nó. Những người này có thể tác động đến những người chung quanh họ và biến một thị trường nhỏ bé thành đáng chú ý, thành một thay đổi và rồi hoàn toàn có thể là một xu hướng có khả năng tác động đến các nhóm người rộng lớn hơn.

Ứng dụng định kiến của một thế giới quan

Xác định một nhóm đối tượng tiềm năng với thế giới quan của họ là điều quyết định nhưng phép màu thực sự của marketing sẽ hình thành khi chúng ta ứng dụng một định kiến trong thế giới quan đó để triển khai ý tưởng marketing của mình. Xác định được định kiến sẽ cho phép chúng ta giới thiệu ý tưởng của mình theo cách phù hợp nhất với thế giới quan của nhóm đối tượng tiềm năng mục tiêu.

Định kiến của nhóm đối tượng tiềm năng sẽ là trọng tâm của các chiến dịch marketing ý tưởng lây nhiễm. Nếu ý tưởng marketing chúng ta muốn truyền rao không thể hiện được thế giới quan của nhóm đối tượng tiềm năng mục tiêu, thông điệp của chúng ta sẽ không được ghi nhận. Những hình ảnh như chiếc áo cũ ký, đôi giày rách nát và cặp kính của Gandhi hay Demi Moore mang bầu khỏa thân chắc chắn sẽ gợi lên những câu chuyện không giống nhau nhưng điều đáng nói ở đây là - những câu chuyện mà từng người gợi lên từ những hình ảnh đó cũng không thể giống nhau. Tùy theo định kiến mà một người đã tự tạo trong cuộc sống mà câu chuyện sẽ hình thành. Bởi vậy, một thông điệp được may đo theo một định kiến sẽ có sức tác động đặc biệt đối với nhóm người có cùng định kiến đó.

Định kiến là một niềm tin mà một người đã tự tạo trong quá trình sống dưới tác động của tri thức, nhận thức, môi trường, xã hội... và ngay cả di truyền. Ví dụ, nếu một người đã tự nhìn nhận mình là người có trí sáng tạo tốt, khó có điều gì có thể làm cho người này chấp nhận là những gì anh ta có được chỉ là lặp lại hay cải tiến từ những cái đã có. Nếu một người đã chắc là đường không tốt cho sức khỏe, chẳng ai có thể nói ngược lại với niềm tin này của người đó

Bởi vậy, nếu muốn thông điệp và những gợi ý của mình được chấp nhận, chúng ta cần phải đóng khung ý tưởng cũng như những điểm nhấn của thông điệp phù hợp với định kiến của nhóm đối tượng tiềm năng mục tiêu.

Xác định định kiến của nhóm đối tượng mục tiêu là bước đầu tiên trước khi bắt đầu đo cắt ý tưởng cũng như những điểm nhấn của thông điệp mình muốn lan truyền. Nên ghi nhận, ý tưởng của chúng ta không thể thỏa hiệp với thế giới quan của nhóm đối tượng tiềm năng mục tiêu. Không thỏa hiệp không có nghĩa là chống lại mà có nghĩa là nói hay nhấn ở những điểm phù hợp với định kiến của những người này chứ không chỉ nói hay gợi ý về những gì nhóm người này muốn nghe, muốn thấy. Những gì họ dự kiến, dù sao họ cũng đã biết rồi và vì vậy không thể tạo thành ấn tượng đầu tiên đủ mạnh để giữ chân họ lại và từ đó có thể hào hứng tìm hiểu tiếp những gì chúng ta muốn rao truyền với thông điệp của mình. Nói theo giọng điệu của họ, xác nhận định kiến của họ, nhưng với những ý tưởng thực sự tươi mới và bất ngờ.

Như trong câu chuyện về nhà sách Mbook, thông điệp "is yours" là một ý tưởng mà hầu như những người đọc sách không hề nghĩ là một nhà sách sẽ dùng để nói về mình. Chính sự bất ngờ mang tính thân mật này là điều đã thúc đẩy người ta đọc tiếp xem còn có gì đáng ghi nhận khác trong doanh thiếp của nhà sách. (Nhà sách nhỏ này chỉ phát đi doanh thiếp của mình và hầu như đó là nỗ lực quảng bá duy nhất của họ. Tuy họ cũng có mời một vài nhà báo ghé thăm và nỗ lực tạo thành những ấn tượng để có được những bài báo về mình nhưng nỗ lực marketing chính của họ vẫn chỉ là cho người đi phân phát doanh thiếp.) Và... những ai thích thú với ý tưởng "là của bạn" này sẽ lại tiếp tục bất ngờ khi đọc thấy những thứ như một công thức với kết luận cuối là " bằng (=) túi tiền của bạn!"

Định kiến của những người mua sách vào lúc đó là giá của sách ngoại là hiếm và quá cao so với mặt bằng chung, đặc biệt là các loại sách chuyên ngành của Mỹ như sách marketing, quản trị kinh doanh. Chính kết luận "= túi tiền của bạn" này là điều đã làm cho họ thắc mắc, tự kể những câu chuyện của mình và tìm đến Mbook để xác định những gì họ đã nghĩ. Đối với những người dự thừa tiền bạc, thắc mắc của họ là - sách đặc biệt thế nào? Với những ai không được thoải mái về tiền bạc mấy - không lẽ lại rẻ sao?

Chính những yếu tố mới mẻ và không ngờ này là những gì hấp dẫn các đối tượng tiềm năng chứ không phải lợi ích hay tiện ích. Sự bất ngờ tạo thành ấn tượng để họ tiếp tục tìm hiểu thêm và rồi thắc mắc mà phải tìm đến tận nơi. Những yếu tố như lợi hay hại chỉ đến sau đó khi những người này tìm đến nhà sách để xác nhận những gì đã suy nghĩ.

Vượt qua hố thẳm

Đạt đến và hấp dẫn được nhóm đối tượng tiềm năng mục tiêu chỉ mới là bước đầu của quá trình lan truyền một ý tưởng marketing mang tính lây nhiễm. Để củng cố vững chắc nhận thức thương hiệu đã có, chúng ta còn cần phải thể hiện nhiều nỗ lực hơn nữa để mở rộng nhóm đối tượng tiềm năng mục tiêu của mình và đặc biệt là mở rộng đến các nhóm đối tượng tiềm năng với những thế giới quan khác nữa.

Cho dù chúng ta bán giày hay bán máy tính thì việc chuyển câu chuyện của chúng ta từ một phân đoạn đối tượng này sang với một phân đoạn khác vẫn là phần khó khăn nhất. Chúng ta đã có được những người hào hứng với ý tưởng marketing của mình và lan truyền câu chuyện về mình đến với những người có cùng một thế giới quan nhưng... nhóm đối tượng tiềm năng đầu tiên này thường chỉ nhỏ bé và không thể chưa đem lại được một mức lợi nhuận đủ để có thể tồn tại và phát triển lâu dài. Xác định một phân đoạn thị trường và một thế giới quan không thôi là chưa đủ. Nhóm đối tượng tiềm năng của phân đoạn thị trường này còn phải có được khả năng tác động đến những đối tượng mục tiêu khác nữa của một thị trường rộng lớn hơn..

Có một ví dụ có thể cho chúng ta thấy tác động của một phương tiện truyền thông đối với kết quả của các nỗ lực marketing. Best Buy là một chuỗi cửa hàng bán lẻ hàng điện tử tiêu dùng lớn nhất ở Mỹ và Canada. Cách chuyển hướng kinh doanh của họ để loại bớt số khách hàng không thật đem lại lợi nhuận có thể giúp cho chúng ta hiểu rõ hơn tại sao lại cần phải cẩn trọng trong việc chọn lấy cho mình một phương tiện đúng để truyền thông ý tưởng marketing của mình.

Cũng như mọi nhà bán lẻ khác, Best Buy muốn càng nhiều người ghé đến với các cửa hàng của mình càng tốt. Các cửa hàng của họ được mở ra ở những địa điểm thật tốt, họ không ngần ngại chi hàng triệu USD cho quảng cáo, cho các hoạt động quảng bá khuyến mãi và luôn có sẵn một trữ lượng hàng thật rộng để đáp ứng mọi nhu cầu cần đến của người tiêu dùng.

Và rồi Brad Anderson, Tổng Giám đốc điều hành Best Buy, phát hiện ra có khoảng 100 triệu khách hàng (20%) là những người thường gây thiệt hại chứ không hề thực sự mang lại lợi nhuận cho Best Buy. Ông này hình dung, nếu

Best Buy có thể tập trung nỗ lực vào 80% số khách hàng còn lại, các cửa hàng của họ sẽ là những nơi vui thú hơn để mua sắm và công ty sẽ đạt được mức lợi nhuận tốt hơn.

Thực tế này đã xảy ra chỉ vì Best Buy đã gợi ý một câu chuyện cho hai nhóm đối tượng có thế giới quan hoàn toàn khác nhau.

Nhóm đối tượng đầu là những người mê hàng điện tử. Những người này tin là sở hữu một truyền hình màn ảnh rộng hay một đầu đĩa Blu-ray đời mới nhất là một việc đáng chi tiêu. Nhóm đối tượng này chọn Best Buy chủ yếu vì dịch vụ tốt và các cửa hàng thuận tiện của họ. Những khách hàng này không mấy quan tâm đến giá cả, những người không chỉ vì được giảm giá 20% mà tìm đến với Best Buy.

Nhóm đối tượng thứ hai là những người mà giá bán là tất cả những gì họ quan tâm. Một số trong nhóm này sẵn sàng, bất kể đạo lý, chọn mua một món hàng, đem về mở ra dùng thử rồi hôm sau mang trả lại Best Buy với một lý do không chính đáng nào đó đúng theo chính sách bán hàng của công ty này. Những món hàng bị trả lại đó sẽ bị chuyển sang quầy bán hàng giảm giá 50%, khi đó những người đã trả hàng này sẽ quay lại và mua món hàng đó với giá chỉ còn một nửa!

Như chúng ta có thể nhận thấy, hai nhóm đối tượng này đã tự kể cho họ nghe những câu chuyện hoàn toàn khác nhau về Best Buy. Nhóm đầu nhìn thấy các quảng cáo trên báo và mơ về những gì họ sẽ mua cho mình. Nhóm sau tìm mọi cách qua mặt cửa hàng để mua được sản phẩm họ muốn với giá thấp nhất và nhóm người này chủ yếu tìm đến Best Buy qua quảng cáo trên các trang web như techbargain.com, slickdeals.net... - những trang web chuyên hướng dẫn những mánh khóe qua mặt các cửa hàng bằng chính sách bán hàng của họ để mua được món hàng mình muốn với giá thấp nhất!

Best Buy đã nhìn mọi đối tượng tiềm năng đều như nhau nên đã nỗ lực quảng cáo trên mọi phương tiện truyền thông có thể và trong đó có cả những trang web như techbargain.com.

Chúng ta có thể thấy, 100 triệu khách hàng là một con số đáng để mơ ước và nỗ lực gìn giữ nhưng... nếu số người này thực sự không đem lại lợi nhuận cho công cuộc kinh doanh của mình, họ có đáng để chúng ta nỗ lực lôi kéo và giữ chân hay không? Cho dù số người này không buộc chúng ta phải chịu lỗ lã khi bán hàng cho họ như Best Buy nhưng dù sao cũng phải tốn công, tốn của để phục vụ những người chỉ muốn qua mặt chúng ta! Có thể là không bình thường nhưng việc loại bỏ bớt một số khách hàng nào đó để tập trung nỗ lực chăm sóc một số khách hàng thực sự tốt của Best Buy là một bước chuyển hướng kinh doanh hoàn toàn đúng đắn.

Một thế giới quan có ích cho marketing

Được chú ý là một thuận lợi trân quý đối với mọi thông điệp marketing. Người tiêu dùng sẽ không ghi nhận bất cứ gì cho đến khi họ bắt đầu chú ý. Mỗi người chỉ có được chừng đó thời gian trong một ngày, không ai có hơn ai và sử dụng thời gian có được đó như thế nào là một quyết định không thể nói là không quan trọng. Một số người quyết định tập trung sự chú ý của họ vào thị trường chứng khoán và tự đồng hóa chính mình với sự tăng lên hay giảm xuống của các chỉ số. Những người khác lại dành trọn thời gian của mình cho trang phục và rồi có thể sẽ trở thành quá thời trang hay ngay cả trở thành một chuyên gia thời trang. Và còn đó bao nhiêu người khác nữa với vô số thú vui hay quan tâm khác nữa. Vì con người ngày nay có quá nhiều điều để chú ý nên người ta buộc phải lọc lựa và chỉ có những gì làm cho họ bất ngờ hay thích thú mới làm cho họ phải chú ý.

Mua quảng cáo truyền hình hay gọi điện thoại trực tiếp không còn bảo đảm cho những người làm marketing là người ta sẽ lắng nghe nữa. Chính vì vậy mà Marketing Đồng tình sẽ chứng tỏ hiệu quả - chúng ta đạt đến những con người có cùng một thế giới quan mà thông điệp của chúng ta hứa hẹn sẽ đem lại những lợi ích thực sự phù hợp với họ và rồi những người này sẽ đồng tình với chúng ta để tìm hiểu và rồi kể lại câu chuyện về chúng ta cho những người quen biết của họ nghe.

Sự chú ý trân quý này không phải là không thể đạt được, đương nhiên, người ta vẫn ghi nhận những thứ mà họ không dự kiến sẽ nhìn thấy. Họ vẫn bị những quảng cáo bất thường và lạ đời thu hút, có thể vô ích nhưng thiên hạ vẫn bị thu hút. Dù sao đó cũng chỉ là những quấy rối ngẫu nhiên, những tác động có thể dự kiến, đánh giá nhưng không hề đem lại chút lợi ích thực sự nào cho những người làm marketing

Sự chú ý trân quý đó còn chịu tác động từ các định kiến của một người. Chúng ta, ai cũng từng tranh luận về một đề tài nào đó và rất bực bội vì người đối diện lại có những ý kiến hoàn toàn trái ngược với mình. Một bộ phim nổi tiếng đã làm cho chúng ta phải hào hứng kể lại cho người khác về những gì tuyệt vời mà chúng ta đã xem được nhưng người kia lại có ý kiến khác hẳn - cũng được, giải trí mà, không thật quá hay như vậy đâu! Điều gì đã làm cho chúng ta và người kia có những kết luận trái ngược nhau như thế? Đó là vì những định kiến mà cả hai đã tự hình thành cho mình từ trước. Người kia có thể chỉ vì không ưa cô diễn viên chính của bộ phim mà đã phản bác. Chúng ta có thể vì quá mê ông đạo diễn nọ mà đã hào hứng quá đà. Chúng ta đã từng và cũng đã nhận thấy là không thể làm cho người kia chấp nhận những cảm giác hào hứng của mình.

Thật phấn khích khi được tự thể hiện như một người làm marketing cách mạng để nỗ lực biến những người uống cà phê thành dân uống trà, những ai uống rượu thành người chống rượu. Và trong một lúc bất ngờ, chúng ta đã làm được nhưng dù sao đó cũng là một con đường đầy chông gai và thách thức. Người ta không hề muốn thay đổi thế giới quan của mình cho dù không hề nhận biết là mình có những định kiến hay thành kiến. Hầu hết mọi người thường không chịu là mình có thành kiến hay định kiến. Họ thường muốn tin là mình nghĩ đúng, đã có quyết định đúng và muốn mọi người khác ủng hộ ý kiến của mình. Chính vì thực tế này mà khi một người làm marketing nào đó đã thành công trong biệc buộc các đối tượng tiềm năng của họ phải thay đổi, những người này chỉ gặp may thôi và người ta đã thay đổi bởi họ đã muốn chứ không phải vì tác động của marketing.

Để có thể chắc chắn ý tưởng của mình và những gợi ý sẽ có tác động đủ mạnh đối với nhóm đối tượng tiềm năng mục tiêu, chúng ta cũng cần phải chú ý đến ngôn từ và hình ảnh mà mình sử dụng. Đừng vội nghĩ ý tưởng mới là quan trọng, không chỉ giọng điệu chúng ta trình bày mà ngay cả kiểu chữ, màu sắc, phương tiện truyền thông được chọn và ngay cả giá cũng có những tác động hết sức quan trọng để một người sẵn sàng chấp nhận hay bỏ qua.

Bởi vậy, chúng ta không nên xem thường việc viết văn bản, thiết kế, hình ảnh hay màu sắc. Không chỉ là các quảng cáo hay những vật dụng nhận diện thương hiệu khác mà cả trang phục và cách ăn nói của lực lượng bán hàng cũng là tối quan trọng.

Mọi thứ, mọi điều đều phải nhất quán với nhau một cách hoàn toàn phù hợp với, đầu tiên là nhóm đối tượng tiềm năng mục tiêu và sau nữa là các nhóm đối tượng mở rộng. Không một chi tiết nào trong các nỗ lực quảng bá của chúng ta có thể xem nhẹ, tất cả sẽ cùng nhau kết hợp và nhân bội sức mạnh của ý tưởng mà chúng ta truyền thông.

Những người làm marketing công nghệ thích nói về những người chấp nhận đầu tiên - những người sẵn sàng mạo hiểm để sở hữu trước hơn mọi người những món đồ chơi công nghệ vừa mới được giới thiệu. Thị trường đại chúng, số đông còn lại, chỉ ngồi yên chờ cho đến lúc công nghệ đó được chứng tỏ và giá bán hạ thấp mới nghĩ đến việc mua. Công nghệ DVD cũng đã phải đi theo lối mòn này. Phải mất 10 năm, các đầu đĩa DVD mới chuyển được từ phòng khách của những người chấp nhận đầu tiên đến với phòng ăn của các gia đình.

Sự khác biệt giữa những người chấp nhận đầu tiên và thị trường đại chúng rõ ràng là một khác biệt về thế giới quan nhưng được gọi dưới một tên khác. Cũng tương tự như sự khác biệt của những người vội vã tìm đến với bác sĩ và những ai ngồi yên đợi cho bệnh cúm qua đi. Và đương nhiên cũng không khác gì sự khác biệt của những người ăn chay và những ai luôn muốn có một miếng thịt nướng cho bữa ăn của mình.

Đừng vội nghĩ là thế giới quan của một người sẽ tác động đến mọi suy nghĩ hay hành động của người này. Thường, thế giới quan chỉ tác động trực tiếp đến thái độ của chúng ta đối với những vấn đề nhỏ, chẳng hạn như ý nghĩ của một người về một món ăn hay một quảng cáo.

Tom's of Maine là một ví dụ tuyệt vời trong việc xác định một thế giới quan và nỗ lực tập trung vào các định kiến, dự kiến và thành kiến của thế giới quan đó để hấp dẫn và được các đối tượng tiềm năng đó chấp nhận.

Theo quan điểm marketing, mặt hàng kem đánh răng luôn bị xem là một thách thức đối với các lực lượng bán hàng. Người ta không thường xuyên mua kem đánh răng (một tuýp kem xài đến hàng tháng) và việc chọn mua một thương hiệu mới không hề là một việc đáng bận tâm. Giá cả quá thấp của mặt hàng này làm không một ai phải bận tâm đến việc tìm lấy một loại kem nào đó rẻ hơn hay tốt hơn. Kết quả là không mấy ai chú ý đến các quảng cáo về mặt hàng này.

Tom's of Maine được thành lập vào năm 1970 ở Kennebunk, Maine. Những người sáng lập nên thương hiệu này đã xác định một nhu cầu tiềm ẩn của những nhóm người có quan điểm tốt về một môi trường sống lành mạnh. Từ ý tưởng này, họ đã sản xuất ra một loại kem đánh răng chỉ sử dụng các thành phần nguyên liệu tự nhiên và đã nỗ lực để có được xác nhận về điểm khác biệt này từ Hiệp hội Nha khoa Mỹ.

Bán kem đánh răng của mình ở các cửa hàng thực phẩm dinh dưỡng tự nhiên là cách mà Tom's of Maine dùng để giao tiếp với các nhóm đối tượng tiềm năng mục tiêu của mình. Bởi quan điểm của nhóm khách hàng của các cửa hàng thực phẩm dinh dưỡng tự nhiên là chỉ có những sản phẩm chế biến từ các thành phần tự nhiên mới tốt nên họ đã chọn mua

Tom's of Maine và rồi thích thú kể cho người chung quanh họ về loại kem đánh răng có lợi cho sức khỏe này.

Qua thời gian, Tom's of Maine bắt đầu có mặt trong nhiều gia đình hơn và lời đồn đại bắt đầu lan rộng. Chẳng bao lâu sau, những người chưa bao giờ bận tâm đến việc phải tìm mua một loại kem đánh răng nào đó đặc biệt đã tin vào những gì được nghe và tìm mua Tom's of Maine. Không ai nhận được lợi ích khác biệt nào rõ ràng với loại kem đánh răng này nhưng với chúng, họ có được cảm nhận tốt hơn.

Trên một ý nghĩa nào đó thì các thành viên của một cộng đồng cùng chia sẻ với nhau một số quan điểm và điều tạo họ thành một cộng đồng là vì những người này đã giao tiếp và chia sẻ suy nghĩ với nhau. Chỉ một thế giới quan thôi không thể tạo nên một cộng đồng! Những người ghét giới bán bảo hiểm, ví dụ, không phải thành viên của một cộng đồng bao gồm những người cũng ghét giới môi giới bảo hiểm. Những người này chỉ có chung một thành kiến nhưng không thích thú gì để kể lại cho người người quanh mình về định kiến đó.

Bởi vậy, hãy xác định một thế giới quan mà một cộng đồng cùng chia sẻ bởi ý tưởng và những gợi ý mà chúng ta muốn được lan truyền chỉ có thể tạo thành môi trường lây nhiễm tốc độ thông qua một cộng đồng.

Xác định một thế giới quan cho nỗ lực marketing

Một khi chúng ta hiểu được khả năng tác động đối với nhận thức con người của một thế giới quan, tự nhiên chúng ta sẽ có được động lực để sẵn sàng tìm ra và xác định một thế giới quan có lợi cho những nỗ lực marketing của mình. Chúng ta sẽ thoát khỏi sự ám ảnh của các vấn đề sản xuất hay kinh doanh để tập trung vào công việc xác định quan trọng này.

Ham muốn thể hiện như những người chúng ta hâm mộ là chất keo gắn kết một xã hội lại thành một khối và đó cũng là nguyên liệu bí mật của các chương trình marketing thành công. Đây phải nói là một thế giới quan đáng giá nhất cho các nỗ lực marketing nhưng, đương nhiên, cũng còn tùy vào sản phẩm hay dịch vụ được marketing nữa.

Chúng ta không thể thay đổi được một thế giới quan cho phù hợp với quan điểm của mình nhưng... ta hoàn toàn có thể dựa vào thế giới quan của một nhóm người để nêu lên quan điểm của mình và nếu quan điểm đó tiềm ẩn một ý tưởng có sức lây nhiễm mạnh, câu chuyện về quan điểm của chúng ta sẽ được cộng đồng đó lan truyền.

Chúng ta cũng nên ghi nhận, không phải mọi thế giới quan đều có giá trị như nhau. Có những thế giới quan riêng tư khó thổ lộ hay quá giới hạn không đủ để đem lại cho những người làm marketing một thị trường lợi nhuận đáng để nỗ lực. Những thế giới quan tốt nhất trên quan điểm marketing là những thế giới quan mà những người trong cộng đồng đó muốn được chia sẻ quan điểm của mình rộng rãi. Dù sao, cũng nên ghi nhận, ngay trong một nhóm đối tượng mục tiêu tốt nhất cũng có những người không đáng giá và cũng có những người đáng giá - những người sẵn sàng và thích thú được kể lại.

Có một định kiến mà chúng ta nên biết, đó là: nếu không hư hỏng, không cần phải thay đổi. Lý do khiến cho nhiều giải pháp thực sự hữu dụng cứ mãi không thể phát triển chính là vì sự e ngại phải thay đổi này! Con người ta thường sẵn sàng chịu đựng những gì mà họ đã có còn hơn là phải thay đổi để có được những gì mới mẻ hiệu quả hơn. Nói cách khác đi, người ta luôn chờ đợi và chờ đợi mãi cho đến khi bị nhồi máu cơ tim hay tiểu đường mới chịu nghĩ đến việc phải ăn kiêng. Đó là một thế giới quan đáng nản lòng nhất mà mọi người làm marketing thường phải đối mặt. Chúng ta hoàn toàn tin vào sản phẩm của mình, chúng ta biết chắc là sản phẩm đó sẽ có ích cho con người nhưng - chẳng có một ai nhận biết sản phẩm của chúng ta và cũng chẳng có ai nghĩ đến việc phải mua sản phẩm đó!

Một là chúng ta phải định hình lại sản phẩm của mình để nâng cao khả năng được sử dụng của sản phẩm. Saleforce.com đã từng làm điều này với các phần mềm tự động hóa của họ. Thay vì tìm cách cung ứng một sản phẩm phải cần đến nhiều trăm ngàn USD để có thể sẵn sàng cho một thứ chưa hư hỏng, những người bán hàng của saleforce.com đã chuyển sang mời chào một dịch vụ có giá trị nhỏ hơn nhiều lần - dịch vụ bảo trì hàng tháng.

Một giải pháp khác nữa là "lật đổ." Nếu sản phẩm của chúng ta (nói rộng hơn, chương trình marketing của chúng ta) có khả năng lật đổ được một hệ thống đang tồn tại, người tiêu dùng không còn cách nào khác hơn là phải mua giải pháp đó của chúng ta. Thư điện tử đã từng là một giải pháp như vậy. Một khi khách hàng và các đồng sự của chúng ta đã sử dụng email, chúng ta cũng buộc phải mua và sử dụng vì các phương tiện truyền thông trước đây như thư tín không còn chứng tỏ hiệu quả trước sự thuận lợi của công nghệ mới này được nữa.

Một thế giới quan đáng ghi nhận khác nữa: sẵn sàng hợp tác. Lý do khiến cho Marketing Đồng tình hiệu quả là vì ý thức marketing này đã tập hợp được những nhóm người với thế giới quan tương tự lại với nhau. Chúng ta kể câu chuyện của mình cho những người mà nay đã trở thành khách hàng tiềm năng hay khách hàng chính thức có cùng một quan điểm về những lợi ích lý tính hay cảm tính hình thành từ sản phẩm hay dịch vụ của chúng ta.

Có một số điểm chúng ta cần suy xét trước khi bắt tay vào việc xác định một nhóm đối tượng tiềm năng mục tiêu và rồi đo cắt thông điệp dành cho những người này. Chúng ta sẽ làm gì để tưởng thưởng cho những người có cùng một thế giới quan mà chúng ta nhắm đến? Chúng ta sẽ hỗ trợ những người này lan truyền ý tưởng "đó là một thế giới quan tuyệt vời để ứng dụng" như thế nào? Đó là những điều chúng ta cần phải suy xét.

Hãy thử tưởng tượng chúng ta được giao phó nhiệm vụ giới thiệu một loại bánh mặn hay khoai tây chiên gì đó mới.

Nếu theo mô hình marketing cũ, chúng ta sẽ xác định trị trường mục tiêu, tìm các phương tiện truyền thông phù hợp với thị trường và rồi tạo thành những quảng cáo để lan truyền đi thông điệp của mình. Chúng ta định giá và rồi nỗ lực đưa các bao khoai tây chiên với màu sắc bắt mắt lên các kệ hàng. Chúng ta cũng có thể thực hiện một số hoạt động khuyến mãi hay hỗ trợ bán hàng khác nữa.

Nếu theo mô hình thế giới quan, chúng ta sẽ thực hiện chương trình này một cách khác hẳn. Chúng ta hiểu rằng các kệ hàng dành cho các loại khoai tây chiên sẽ luôn chen đầy các loại khoai tây chiên đủ kiểu khác nữa của đủ mọi thứ thương hiệu đang hiện diện trên thị trường. Chúng ta sẽ bắt đầu bằng cách xác định phân đoạn thị trường có thể chấp nhận một ý tưởng mới để kể bằng một giọng điệu khác biệt của mình. Trong trường hợp này, ví dụ, chúng ta chọn lấy phân đoạn những bà mẹ có định kiến là các loại khoai tây chiên không tốt cho sức khỏe của gia đình mình.

Những bà mẹ này sẽ không đến các khu vực bán khoai tây chiên của siêu thị và họ cũng chẳng hề chú ý đến các quảng cáo về loại thực phẩm này. Những người rõ là những đối tượng không chút tiềm năng của loại sản phẩm này, nhưng nếu chúng ta có thể gợi ý cho những bà mẹ này một câu chuyện đúng với thế giới quan của họ, mọi việc sẽ diễn biến khác hẳn.

Chúng ta sẽ thiết kế ra một câu chuyện. Loại khoai tây chiên của chúng ta không làm bằng khoai tây mà bằng đậu nành. Một loại thực phẩm ăn chơi không chứa các chất có nguồn gốc di truyền bị chuyển hóa, một loại thực phẩm có nguồn gốc hữu cơ có độ béo thấp và được làm mặn bằng muối biển. Loại khoai tây đậu nành chiên của chúng ta được đựng trong hộp chứ không phải gói và chúng ta không bán sản phẩm của mình ở khu vực bán thực phẩm đóng gói mà là bằng các máy bán hàng tự động ở các khu vực khác của siêu thị.

Lúc này chúng ta đang kể một câu chuyện khác hẳn so với các đối thủ của mình. Chúng ta sử dụng định kiến để thích ứng với một thế giới quan của phân đoạn thị trường mà chúng ta nhắm tới. Nếu chúng ta làm tốt việc này, cơ may là người tiêu dùng sẽ ghi nhận thương hiệu của chúng ta và cho câu chuyện của chúng ta một cơ hội được lan truyền. Và nếu sản phẩm của chúng ta là chất lượng, chúng ta sẽ chuyển đổi được thế giới quan của nhóm đối tượng tiềm năng mà chúng ta nhắm tới.

Các bà mẹ với thế giới quan này không phải là một cộng đồng nhưng... các bà mẹ vẫn luôn là các bà mẹ, họ sẽ nói chuyện với nhau về câu chuyện của chúng ta. Những bà mẹ thuốc nhóm đối tượng tiềm năng mục tiêu sẽ bắt đầu dùng thử sản phẩm của chúng ta trong các bữa tiệc họ tổ chức, cho con họ đem đến trường trong bữa trưa. Họ thậm chí có thể kể về việc con cái họ đã thích thú với loại khoai tây đậu nành chiên này như thế nào và rồi câu chuyện về chúng được lan truyền. Chẳng bao lâu sau, những người không cùng thế giới quan này cũng sẽ tìm mua loại khoai tây chiên không phải là khoai tây đó của chúng ta. Lúc này, khi đã được nhận biết và chấp nhận, chúng ta có thể đưa loại khoai tây đậu nành chiên của mình trở lại với các khu vực bán khoai tây chiên của siêu thị và bởi câu chuyện của chúng ta đã được chia sẻ, các đối tượng của chúng ta sẽ đi theo và tìm chúng ở khu vực vẫn được dành cho chúng ở siêu thị.

Từ nhiều năm qua, thế giới và cuộc sống của con người đã phát triển đến mức nhu cầu của con người cũng thay đổi theo. Ngày nay, người ta mua những gì mà người ta muốn chứ không phải những gì họ cần nữa. Đương nhiên, đã là muốn thì cái muốn đó rất đa dạng bởi con người vốn là đa dạng. Đánh đồng một khối lượng đối tượng tiềm năng rộng lớn như một thể đồng nhất là một cái bẫy mà phần lớn những người làm marketing ngày nay vẫn thường sa vào. Những người này vẫn thường sáng tạo ra những thông điệp marketing đầy sức mạnh với mong muốn lôi kéo được hầu hết các nhóm đối tượng tiềm năng. Cũng chính vì cái muốn này mà một cái bẫy khác cũng cùng lúc giương ra chờ đón họ ở khắp nơi trên thế giới. Người tiêu dùng của ngày hôm nay khôn ngoan và hiểu biết hơn xưa kia rất nhiêu nhưng nghĩ là họ luôn khôn ngoan và hợp lý là một cái bẫy chết người khác nữa mà những người làm marketing vẫn luôn tự nguyện sa chân vào. Người tiêu dùng có những cái muốn vô lý của họ tùy theo từng nhóm đối tượng tiềm năng, tùy theo thế giới quan của họ. Chúng ta cần ghi nhận những quan điểm này trước khi bắt đầu triển khai công việc marketing của mình.

***

- VII -

KHỞI ĐỘNG MỘT CÂU CHUYỆN MARKETING ĐÁNG TIN

Khi một người bất ngờ đối mặt với một ý tưởng, người này sẽ diễn dịch ý tưởng đó thành một câu chuyện của mình. Vì vậy, những chiến dịch marketing tốt nhất sẽ tạo thành những câu chuyện đơn giản, dễ được ghi nhận, hiểu thấu và có khả năng được lan truyền.

Mục tiêu của cuốn sách này là thuyết phục người đọc hãy suy nghĩ bớt lý trí đi. Đừng cố công tìm kiếm những công thức thành công cho các ý tưởng marketing của mình nữa. Thay vì suy nghĩ như một khoa học gia, những người làm marketing tốt nhất từ xưa tới nay đều suy nghĩ như một nghệ sĩ. Họ đã nhận ra rằng bất cứ những gì được bán (một tôn giáo, một ứng cử viên, một món hàng hay một dịch vụ) đều đã được mua vì chúng tạo thành một cảm giác ham muốn chứ không chỉ đơn giản là thỏa mãn một nhu cầu nào đó của người mua.

Nếu chúng ta muốn người ta kể cho nhau nghe một câu chuyện tuyệt vời về mình, chúng ta cần phải hiểu những gì sẽ xảy ra trong tâm trí của những người sẽ nghe câu chuyện đó. Khi con người đối mặt với một ý tưởng, một hình ảnh hay một thông tin, các chức năng não thường tập trung ghi nhận dựa trên bốn khả năng sau:

Tìm kiếm một sự khác biệt -

Khi đối mặt với một điều gì đó lần đầu, chúng ta sẽ so sánh với những gì tương tự đã được nhận thức. Nếu không có gì khác lạ, chúng ta sẽ bỏ qua.

Với số lượng thông tin nhìn thấy hàng ngày quá lớn hiện nay, trí óc con người đã tự động thích ứng để đối phó với sự quá tải này. Ví dụ, hàng ngày ta vẫn đi làm theo một con đường quen thuộc, với vô số bảng hiệu, quán hàng hay bảng, băng quảng cáo. Chúng ta vẫn đi mà không hề chú ý đến những thứ quá quen thuộc đó rồi bất ngờ nhìn thấy một bảng quảng cáo lớn mới dựng lên ở góc phố. Lúc này, tự động, tâm trí của chúng ta ghi nhận sự thay đổi đó. Chúng ta vẫn luôn theo dõi những gì thay đổi trong thế giới quanh mình. Bước vào nhà của mình và chỉ trong chưa đầy một nhịp tim là chúng ta đã nhận biết nếu có gì đó bất thường. Chúng ta có thể liếc đồng hồ cả chục lần mà vẫn không thực nhận thức được là mấy giờ - chỉ cho đến khi chúng ta nhận ra là đã trễ, các dữ liệu mới xuất hiện trong nhận thức của chúng ta.

Tìm kiếm một nguyên nhân -

Một khi nhận ra sự thay đổi và quyết định chú ý, trí óc của chúng ta sẽ hoạt động để hình dung xem điều đó đã xảy ra như thế nào. Nếu cửa kính bị bể, chúng ta muốn được tìm thấy trái banh hay hòn đá làm bể kính kia. Chúng ta tự động dựng lên một quy luật hay một lý thuyết để giải thích sự có mặt của điều đã xảy ra. Mọi thứ xảy ra đều có lý do của nó. Không giống như bất cứ một sinh vật sống nào khác (hay ngay cả máy tính), con người luôn nỗ lực tìm một lý thuyết để có thể giải thích những gì xảy ra với mình.

Chúng ta cần phải có cách để giải thích cho những điều không rõ ràng bởi bộ não của chúng ta không cảm thấy thoải mái khi phải phân vân, mơ hồ hay thắc mắc.

Sử dụng dự kiến -

Và rồi chúng ta dự đoán điều gì sẽ có thể xảy ra tiếp. Nếu có thể dự đoán và tin vào những gì mình dự đoán, chúng ta không còn bị bất ngờ nữa và có thể tâm trí của chúng ta quay trở lại trang thái ban đầu và bắt đầu quên đi những gì vừa tiếp nhận.

Để có thể dự kiến, chúng ta cần có dữ liệu để suy xét cho đến khi tìm ra nguyên lý của những gì đang diễn biến. Khi dự kiến được, ta cảm thấy thoải mái và hết lòng tin vào dự kiến của mình nhưng khi không thể dự kiến vì không có hay chỉ có những dữ liệu mơ hồ, người ta sẽ bực bội và rồi... bỏ qua cho dễ chịu.

Dựa trên sự khác biệt nhận thức -

Một khi đã có được nhận định về nguyên nhân và đã có những dự đoán đáng ghi nhận, chúng ta sẽ tin vào nhận thức mới thành hình này. Chúng ta bất kể đến những dữ liệu không phù hợp và chỉ tập trung quan tâm đến những gì mà ta đồng lòng.

Với sản phẩm hay dịch vụ, người tiêu dùng cũng sẽ xử sự đúng như vậy. Hãy thử tráo nước trong hai lon Coca và Pepsi với nhau rồi làm một cuộc thử nghiệm. Một cách vô thức, một người sẽ chọn lấy lon Coca (với nước Pepsi ở trong) và xem đó là thứ nước uông ưa chuộng của mình một cách hoàn toàn tự nhiên. Người ta thường chỉ uống cái lon chứ không phải thứ nước chứa trong đó! Điều này đã xảy ra vì tâm trí của chúng ta đã quyết định từ trước khi chúng ta thực sự uống. Chúng ta vẫn thường dự kiến và bộ não của chúng ta cũng thường làm cho những dự kiến đó thành hiện thực đối với ta.

Với hiểu biết này, việc làm cho người ta tin vào một điều gì đó là mới mẻ và khác biệt trong khi nó không hề mới và khác là một điều hoàn toàn dễ dàng. Thật dễ để bán một câu chuyện không thật và chúng ta cũng sẽ dễ dàng nhận ra là không có một cách nào khác dễ dàng hơn. Tính đáng tin là quan trọng hơn được nhận biết nhiều lần.

Để được chú ý, điều quan trọng sống còn của mọi nỗ lực marketing, những gì chúng ta muốn được lan truyền cần phải mới lạ, khác biệt và đặc biệt là phải tạo thành một ham muốn. Một niềm ham muốn được biết, được kể lại cho người khác nghe, được là người lan truyền. Để tạo thành ham muốn này, thông điệp của chúng ta cần phải đưa ra được những dữ liệu thật đúng, chính xác và cũng phải hấp dẫn để người ta từ đó có thể dự kiến mọi thứ đúng với nhận thức của họ. Khi đã có được những dữ liệu đúng, các đối tượng tiềm năng mục tiêu của câu chuyện về chúng ta (không phải về sản phẩm hay chiến dịch marketing của chúng ta) sẽ hào hứng sáng tạo và lan truyền đi câu chuyện cho những người quen biết quanh họ.

Những ấn tượng đầu tiên khởi động câu chuyện

Có một điều mà mọi người làm marketing đều đã biết, hầu như mọi quyết định mua dù quan trọng đến đâu đều được thực hiện một cách tức thời. Những quyết định gần như ngẫu hứng này sẽ tác động đến mọi việc chúng ta làm và rồi sau đó chúng ta sẽ nỗ lực bảo vệ cho mọi người thấy những quyết định của mình là đúng đắn.

Có một điều bí mật mà chúng ta ít khi nhận biết, mọi quyết định hay hành động của chúng ta đều bắt đầu bằng một câu chuyện. Như ở phần trước đã nói đến, người ta uống nước Pepsi đựng trong lon Coca mà vẫn tin rằng mình đang uống Coca. Nếu chúng ta làm ngược lại, cho người thích Coca uống Coca đựng trong lon Pepsi, người này nhất định sẽ cho là thứ nước đó không ngon như Coca! Tại sao vậy, rõ ràng hai thứ nước này có mùi vị khác nhau mà? Bởi, trước khi uống, người này đã tự kể cho mình nghe câu chuyện về người đã sáng tạo ra nước cola. Cũng như khi ta uống nước mía, trước khi quyết định chọn một xe nước nào, ta cũng đã tự kể cho mình nghe một câu chuyện trước đã - cô bán nước này sạch sẽ, gọn gàng đây, khỏi lo dơ bẩn. Tự kể cho mình một câu chuyện trước khi quyết định là cách mà não bộ và nhận thức của con người hoạt động. Cũng tương tự, trước sự quá tải thông tin của thế giới hiện đại. Con người cũng tự kể cho mình một câu chuyện về sự bốc nổ, hào nhoáng hay đánh bóng của các loại quảng cáo ngày nay.

Điều đáng nói ở đây là tốc độ của việc tạo dựng câu chuyện. Người ta có thể đưa ra quyết định về một người bán bàng hay một cuốn sách, một chương trình truyền hình, trong thời gian của một vài chớp mắt. Đó quả là một quá trình có phần hủy hoại trong cách đánh giá của chúng ta.

Là một tạo vật với lòng tự trọng, chúng ta tự nhiên phải bảo vệ cho những gì mình đã quyết định. Một bà chủ không bao giờ muốn phải thú nhận là mình đã sai và chúng ta cũng khác gì bà chủ đó. Vì vậy chúng ta sẽ nỗ lực nhào nặn nhận thức của mình cho phù hợp với những gì mình đã muốn tin.

Nếu chúng ta đã từng dự tuyển cho một chỗ làm (hay chính là người tuyển dụng), chúng ta chắc đã nhận thấy hiện tượng quyết định mang tính tức thời này. Hầu hết mọi cuộc phỏng vấn tuyển dụng đều đã được quyết định chỉ trong khoảng năm phút đầu tiên. Phần còn lại chỉ là thời gian để xác nhận lại những gì đã được quyết định.

Để không phải bối rối hay có thể phạm sai lầm khi phải chọn lựa, người tiêu dùng đã đưa ra những quyết định tức thời một cách thật tự nhiên. Chỉ trong một chớp mắt, người ta đã ghi nhận cách nói năng, dáng vẻ và ngay cả mùi vị của người đối diện. Họ quan sát bao bì, giá cả, đồng phục, đèn đuốc, những gì ở phía sau hậu trường và nhanh chóng đưa ra một kết luận. Có một điều đáng ghi nhận ở đây là một khi họ đã quyết vì một ấn tượng nào đó, những gì không phù hợp với các định kiến hay thành kiến của họ không còn sức tác động mạnh nữa bởi - người ta luôn muốn tin là mình quyết định đúng.

Các phần của toàn bộ câu chuyện được kết nối với nhau chỉ trong chớp mắt và câu chuyện được kể ra. Nếu những kết nối của câu chuyện không được rõ ràng hay mâu thuẫn, người tiêu dùng sẽ ngần ngại và quyết định bỏ qua. Một khi câu chuyện được xâu kết một cách hấp dẫn và xác nhận được những ham muốn căn bản của con người như quyền lực hay sự chấp nhận, người ta sẽ hoàn toàn tin vào câu chuyện mà mình vừa sáng tạo trong chớp mắt đó.

Dù sao cũng phải nhớ, hiệu quả của câu chuyện được kể hoàn toàn phụ thuộc vào thế giới quan của người tiêu dùng. Rất hiếm khi các tiện ích của một sản phẩm hay thương hiệu có được sức mạnh đủ để thay đổi thế giới quan của một người. Bởi vậy, chúng ta không nên dựa vào sức mạnh hiếm khi hiệu quả này ngoại trừ khi đó là những tiện ích quá đặc biệt và là một nhu cầu tiềm ẩn mà nhiều người đang ngấm ngầm mong muốn.

Hiểu được phần nào bản chất của các quyết định tức thời, chúng ta lại dễ rơi vào cái bẫy của sự ám ảnh về việc tạo ra một ấn tượng đầu tiên hoàn hảo. Dù sao cũng cần phải nhớ là chúng ta không bao giờ có được cơ hội thứ hai để tạo thành ấn tượng đầu tiên đó. Chúng ta phải nỗ lực nhưng cũng phải hết sức cẩn trọng để bảo đảm chắc chắn rằng trước cửa nhà mình đã được quét dọn sạch sẽ và điện thoại luôn được trả lời ngày sau hồi chuông thứ nhất. Những nhận định tức thời đầu tiên là vô cùng quan trọng.

Vấn đề là 99% trong tất cả các ấn tượng đầu tiên lại có vẻ như không có gì là ấn tượng! Chúng ta có thể tiêu tốn cả một gia tài vào quảng cáo nhưng hầu như mọi người vẫn cứ làm ngơ với các quảng cáo này. Chúng ta có thể diện một bộ quần áo có giá cả chục triệu nhưng chẳng có lấy một ai nhận ra điều rõ ràng này. Chúng ta có thể đầu tư hết mức vào bảng hiệu, đồng phục , chỗ làm việc, định giá, đội ngũ trả lời điện thoại và ngay cả đến mùi vị của cửa hàng… nhưng rồi những ai đến với chúng ta lại ra đi mà không ghi nhận được chút nào về những nỗ lực đó.

Có việc này với ấn tượng đầu tiên không phải vì chúng không quan trọng (chúng hết sức quan trọng) mà vì chúng ta thường lầm lẫn về thời gian mà ấn tượng đầu tiên đó có thể xảy ra. Nên ghi nhớ, không phải mối quan hệ đầu tiên mà là - ấn tượng đầu tiên!

Những gì mà ý tưởng marketing của chúng ta gợi ý cho người tiêu dùng dù có mang tính thực tế đến đâu cũng không phải là vấn đề. Nếu đó là những gợi ý đúng, được đóng khung phù hợp với thế giới quan của người nghe, người này sẽ tự mình kể cho mình câu chuyện và sẽ tin vào những gì không thật do mình kể ra. Tính tin tưởng là quan trọng bởi chúng ta không biết được người tiêu dùng sẽ dùng thứ nào trong những thứ họ thu nhận để dựng lên câu chuyện của chính họ.

Nếu bảng hiệu của chúng ta tuyệt vời, địa điểm của chúng ta thuận lợi nhưng con người và các sản phẩm của ta không chứng tỏ được điều này, chúng ta đã không đem lại cho các đối tượng tiềm năng của mình một câu chuyện chặt chẽ và mạch lạc, đáng tin. Những gợi ý phải nhất quán đủ để có thể tác động đến một lượng người nghe với những thế giới quan gần gũi với nhau chấp nhận. Càng có nhiều người nghe, càng có nhiều người tin vào công ty hay tổ chức đã khơi mào câu chuyện.

Vì vậy, ta phải biết.

1- Không ai đo lường hết được sức mạnh của những quyết định tức thời.

2- Người ta sẽ làm mọi cách để củng cố và hỗ trợ cho những quyết định đầu tiên của mình.

3- Không ai kiểm soát được những ấn tượng đầu tiên.

4- Một cách để hỗ trợ cho các quyết định tức thời của mình là kể cho người khác nghe về những gì mình nghĩ.

5- Khó mà biết được điều gì trong những thứ mà đối tượng tiềm năng ghi nhận sẽ tạo thành những ấn tượng đầu tiên.

6- Các tổ chức cũng như con người nói chung đều muốn câu chuyện mà mình kể được nghe, được tin tưởng và rồi lặp lại.

Đổ sức lực, thời gian cho bảng hiệu, quảng cáo hay website thôi là chưa đủ mà phải luôn sẵn sàng ở mọi lúc, mọi nơi, có thể tạo thành quan hệ. Nếu những nỗ lực của chúng ta không nhất quán và đáng tin, việc xác định các thời điểm của những ấn tượng đầu tiên là gần như không thể. Nếu chúng ta có thể kiểm soát được hầu hết các ấn tượng đầu tiên và tạo điều kiện cho người tiêu dùng tự tạo cho mình những câu chuyện chặt chẽ và mạch lạc, chúng ta sẽ thành công.

Các quyết định tức thời đều chịu tác động từ các định kiến của một người và điều đáng nói là - một khi đã quyết, điều quyết định đó sẽ trở thành định kiến. Những ấn tượng đầu tiên không tốt sẽ khiến cho người ta tự kể cho mình những câu chuyện không đúng với định ý của người làm marketing - những câu chuyện không nhất quán với thương hiệu, sản phẩm hay dịch vụ được marketing.

Người ta có thể tạo thành định kiến từ bất cứ những gì mà chúng ta truyền thông cho dù đó có thể là những định kiến không hề thực tế. Chúng ta có thể bất kể đến những chuyện này hay cũng có thể chỉ trích nhưng cả hai chiến lược này đều chỉ làm cho chúng ta thiệt hại. Chỉ có một cách duy nhất có hiệu lực, dùng những quan hệ cá nhân để khiến cho người ta tự kể cho mình những câu chuyện khác thay vào.

Nếu một người đã cảm thấy khó chịu khi điện thoại đến một khách sạn để đặt phòng, người này tự nhiên sẽ khó chịu với mọi nhân viên khác mà ông hay cô ta buộc phải quan hệ khi đến ở tại khách sạn. Giải pháp cho trường hợp này không phải là những tấm thảm đắt tiền, giảm giá hay dịch vụ chu đáo. Giải pháp duy nhất cho trường hợp này là sự giao tiếp cá nhân chân thành của một cá nhân đáng tin với người khách đang buồn giận đó.

174

Thực tế không phải là chất giải độc mạnh mẽ nhất đối với những định kiến loại này. Chính sự giao tiếp cá nhân đáng tin cậy mới là thuốc giải. Cũng vì lý do này mà các ứng cử viên chính trị cần phải giao tiếp trực tiếp với cử tri. Đó cũng là lý do để những nhà sách nhỏ cứ mãi tồn tại bất kể đến thành công đáng nể của nhà sách ảo Amazon.

Dữ liệu đúng và thích hợp với nhóm đối tượng tiềm năng mục tiêu chính là những bước đầu tiên để các đối tượng này dự kiến và hình dung ra những gì chúng ta sẽ cung ứng. Để những dữ liệu mà chúng ta gói ghém trong thông điệp của mình được nhận biết đúng như những giá trị mà chúng ta muốn trao gởi, chúng ta cần phải tạo được một ấn tượng đầu tiên trong tâm trí các đối tượng tiềm năng. Cẩn thận... coi chừng bị sập bẫy ở chỗ này, các đối tượng tiềm năng chúng ta nhắm đến có thể nhìn thấy thông điệp nhiều lần nhưng chúng ta không thể biết được lúc nào, lần nào, trong điều kiện nào, mà những người này sẽ ấn tượng với những gì chúng ta trao cho họ và ấn tượng bởi điều gì. Chúng ta cần phải nhất quán trong mọi thứ, mọi nơi có thể tạo thành những quan hệ đáng tin tưởng với các đối tượng tiềm năng mục tiêu của mình. Có nhất quán trong mọi hoạt động của mình chúng ta mới có khả năng dự kiến được những ấn tượng đầu tiên mà thông điệp của chúng ta có thể tạo thành. Kiểm soát được điều này, chúng ta đã bước được một bước quan trọng trong việc gợi ý để người tiêu dùng kể ra những câu chuyện phù hợp với mong muốn của chúng ta.

Tất cả chúng ta, ai cũng đều đang marketing một thứ gì đó trong từng lúc một. Có một số người trong chúng ta không được giỏi giang và đã nản lòng vì thất bại mà không hiểu được tại sao mình lại thất bại và cho rằng mình đã không thể thành công vì những lý do nằm ngoài tầm kiểm soát. Không phải vậy, nếu chúng ta đã thất bại thì chỉ vì chúng ta đã nhiều lần đưa ra những gợi ý không nhất quán và điều này đã tạo thành những ấn tượng và câu chuyện không đáng tin trong suy nghĩ của những người mà chúng ta giao tiếp.

Các quyết định tiêu dùng đều mang tính chủ quan

Sách là một sản phẩm tiêu dùng lạ lùng nhất. Người ta vẫn mua sách mà không hề và cũng chẳng cần biết trước về những gì chứa đựng trong cuốn sách đó. Trên thực tế, cách duy nhất để có thể chắc chắn là mình yêu thích một cuốn sách là đọc cuốn sách đó nhưng… hầu hết, chẳng ai có thể chắc chắn về những gì họ nhận được từ cuốn sách mà họ đã quyết định mua đó ngoại trừ khi đã đọc và muốn mua để cất giữ.

Không chỉ là sách. Người ta mua một chiếc xe, một cái bếp ga hay ngay cả một căn nhà thì quyết định mua của họ cũng thực sự hình thành chỉ trong chớp mắt. Người tiêu dùng vẫn ra vẻ như là họ cẩn trọng, có lý và suy xét kỹ về những gì mà họ đã mua nhưng thật ra… không hề. Họ chỉ dựa vào câu chuyện mà họ tự hình thành qua một vài ấn tượng đầu tiên nào đó!

Những câu chuyện tự kể này mới là quan trọng.

Nếu chúng ta đã mua cuốn sách này, chắc chắn không thể vì chúng ta đã đọc và đã thích. Chúng ta mua vì chúng ta đã đọc một vài trang ở đâu đó… bay do một người nào đó giới thiệu… hay do tựa đề của cuốn sách và hình dung ra là đáng đọc… hay đã bị thiết kế của nó thu hút khi vừa nhìn thấy trên kệ nhà sách… hay chỉ bởi vì một ai đó đã liếc mắt nhìn với vẻ thán phục khi thấy chúng ta cầm nó lên… có hàng ngàn lý do đã khiến cho chúng ta mua và không một lý do nào đến từ kinh nghiệm sử dụng sản phẩm.

Chúng ta đã mua cuốn sách này vì câu chuyện mà chúng ta đã tự kể cho mình. Cho dù chúng ta tự kể chuyện gì thì cũng vì câu chuyện đó mà chúng ta đã quyết định mua hay không. Một số những câu chuyện là hoàn toàn hư cấu trong khi một số khác dựa trên những thực tế rõ ràng như - một chiếc xe mạnh hơn, tiêu thụ ít nhiên liệu hơn.

Cho dù đặt căn bản trên những gì thực tế, mọi câu chuyện mà người ta dựa vào để quyết định lại không hề tương xứng chút nào. Đi một chiếc xe 120 triệu cũng không có gì quá khác với một chiếc xe nhái 30 triệu, cái khác là ở câu chuyện mà chúng ta tự kể và rồi từ đó quyết định.

Những người làm marketing sẽ phải hết sức bàng hoàng khi bỗng nhiên ngành công nghiệp truyền hình sụp đổ. Họ sẽ hoảng loạn bởi họ đã sống và thành công dưới ảo tưởng rằng marketing là quảng cáo và nay khi không còn có được phương tiện hiệu quả để quảng cáo nữa, những người này không còn biết sẽ phải làm gì?

P&G, Unilever, Pepsico... đã chi nhiều triệu USD để đầu tư vào các quảng cáo theo kiểu truyền hình dành cho web - có rất nhiều người đang tin vào tính hiệu quả của loại phương tiện truyền thông mới này - nhưng dù sao cũng thật nhanh chóng, những ông khổng lồ này nhận ra là một khi người ta đã có thể làm ngơ đối với những loại hình quảng cáo thì dù đó là trên web, người ta cũng sẽ làm ngơ! Và rồi, các ông khổng lồ này chuyển sang quảng cáo trong các rạp chiếu phim. Hầu như chắc chắn là 100% số khán giả đang ngồi trong phòng chiếu đó sẽ xem các quảng cáo này nhưng... họ xem vì điều gì thì chỉ có họ mới biết. Họ có thể ấn tượng đó nhưng các quảng cáo đó chắc chắn không thể khiến cho những người đã hào hứng này sẽ mua sản phẩm được quảng cáo đó khi có nhu cầu. Họ xem, họ cười, họ thích thú, họ ấn tượng nhưng họ không lan truyền câu chuyện đã hình thành trong đầu họ.

Trong thế giới Internet, không có cơ hội cho những người làm marketing tái tạo marketing đại chúng với những quảng cáo được số đông tin tưởng. Thay vì vậy những người làm marketing có thể ứng dụng nhiều mặt đa dạng hơn của nền văn hóa truyền thông mới này để kể những câu chuyện phức tạp hơn một cách nhanh hơn và hiệu quả hơn là họ có thể với các loại quảng cáo truyền hình trước kia.

Bây giờ chúng ta đã thấy, marketing là gợi ý những câu chuyện để tạo thành một phân đoạn thị trường mới có khả năng tác động đến những phân đoạn thị trường lớn hơn.

Bởi ngày nay thế giới đã phát triển đến mức hầu như không còn những người nghèo đói, thiếu ăn, thiếu mặc nữa - ngoại trừ ở một vài nước vẫn đang phải chịu cảnh chiến tranh tàn phá. Bởi vậy, hầu hết người tiêu dùng ngày nay chỉ còn quan tâm đến những gì mình muốn, không còn phải chú ý đến những gì mình cần nữa. Và với những mong muốn của con người, chúng ta không thể đòi hỏi chúng phải hợp lý.

Người ta mua nước tinh khiết không phải vì họ cần nước sạch hay ghét nước ngọt. Cũng không phải vì tiện lợi, họ uống vì họ muốn và vì những cảm nhận có được khi sử dụng nước tinh khiết.

Đương nhiên, khi mua một sản phẩm hay dịch vụ, người tiêu dùng quan tâm đến những tiện ích của chúng nhưng trên hết - điều họ quan tâm nhất lại là những gì người chung quanh nghĩ về việc mua đó của họ. Mua một máy truyền hình, người ta muốn nó đẹp không phải cho mình mà là để những người quanh mình nhận biết. Mua một chiếc xe cũng thế, để đi nhưng đi để cho người khác nhìn thấy mới là quan trọng.

Có chăng sự liên hệ giữa tiện ích của một sản phẩm hay dịch vụ và cách mà chúng làm cho một người cảm nhận? Đương nhiên! Người tiêu dùng định hình sự ham muốn của mình dựa trên những định kiến và những gì họ nghe được về tiện ích của sản phẩm từ những người chung quanh. Anh ta phấn khởi xem một bộ phim là vì người bình luận đã nhận định đó là một phim hay phù hợp với thế giới quan của mình. Anh ta muốn một chiếc xe tay ga bởi độ tăng tốc nhanh của chiếc xe đã nghe nhiều người nói tới. Có liên hệ đó nhưng tiện ích không phải là mối bận tâm chính của người tiêu dùng ngày nay.

Tiện ích là điều đương nhiên nhưng không phải vì những thứ đó mà một người ham muốn. Chính đó là lý do mà chúng ta cần đến những ý tưởng trong cuốn sách này. Câu hỏi lớn của các công ty ngày nay là tại sao sản phẩm hay dịch vụ họ cung cấp lại không bán được tốt hơn. Mọi người, hầu như ai cũng đều bắt đầu bằng cách nói rằng sản phẩm của mình tốt hơn ra sao, bền hơn, nhanh hơn, vượt trội hơn thế nào. Tất cả dường như đều bị ám ảnh bởi tiện ích và không thể hiểu được tại sao thị trường lại không đáp ứng với những phân tích chi tiết về sự khác biệt giữa những gì họ cung ứng và những gì của các đối thủ cạnh tranh.

Chúng tôi không cần đến những gì bạn bán.

Chúng tôi mua những gì chúng tôi muốn.

Cũng không khác gì việc bán hàng, tất cả chúng ta - nhỏ cũng như lớn, trẻ cũng như già - tất cả chúng ta đều đang marketing một thứ gì đó với những người chung quanh mình. Nếu chúng ta chưa nhận thức được sự thật này hay chưa hề thực sự thành công để nhận thức, đó chỉ vì chúng ta chưa biết cách hay chưa hề gợi ý được một câu chuyện đáng nghe và đáng được lan truyền. Chúng ta nên nhớ, chúng ta mua một thứ gì đó không phải vì chúng ta đã có kinh nghiệm chính xác với thứ đã mua và chắc chắn vào những lợi ích mà chúng ta có được từ sản phẩm đó. Nghĩ cho kỹ, chúng ta vẫn mua đủ mọi thứ chỉ vì đã tin vào câu chuyện mà ai đó hay chính bản thân mình đã kể và rồi tin vào đó. Người tiêu dùng không mua một sản phẩm vì những tiện ích mà nhà sản xuất đã bỏ tiền ra để quảng bá họ mua vì họ muốn chứ không hề vì những tiện ích vượt trội như những người làm marketing vẫn nghĩ. Có quá nhiều thương hiệu vẫn la lớn là sản phẩm của mình vượt trội nhưng người tiêu dùng đã mua vì chúng ta đã làm cho họ muốn chứ không phải vì chúng ta đã cung cấp cho họ những gì họ cần đến. Điều mà chúng ta làm cho một ai đó yêu mình là vì chúng ta đã làm cho người này ham muốn mình chứ không phải vì chúng ta đã chứng tỏ là mình có đủ những thứ mà người này cần đến.

***

- VIII -

CẨN TRỌNG VỚI Ý TƯỞNG CỦA MÌNH

Một ý tưởng marketing lớn không phải là một ý tưởng được mọi người trầm trồ hay bất ngờ vì ấn tượng. Một ý tưởng marketing thực sự lớn phải là một ý tưởng đem về được những lợi ích vật chất tối thiểu cho những chi phí mà chúng ta đã bỏ ra để thực hiện. Một ý tưởng chỉ nhận được lợi khen tặng và chấm hết không phải là một ý tưởng marketing.

Xác định mục đích marketing của mình trước và từ đó xác định ý tưởng marketing cần có cho chương trình marketing sẽ thực hiện. Ý tưởng đó phải ấn tượng, đương nhiên, nhưng ý tưởng đó phải phù hợp với lối sống và cách suy nghĩ của nhóm đối tượng tiềm năng mục tiêu.còn quan trọng hơn. Ý tưởng đúng và phù hợp với nhóm đối tượng mục tiêu có thể không ấn tượng với các nhóm đối tượng tiềm năng khác nhưng với nhóm mục tiêu, ý tưởng đó rung lên trong cảm nhận của họ.

Đương nhiên để đạt được một ý tưởng tốt và phù hợp làm cho các đối tượng mục tiêu phải ấn tượng không thể là một việc dễ dàng. Bởi vậy chúng ta cần phải thật cẩn trọng trong việc quyết định sử dụng ý tưởng mà mình đã có. Ý tưởng đó phải làm cho nhóm đối tượng mục tiêu phải chú ý và tiếp tục tìm hiểu. Chúng ta, những người của chúng ta hay các nhóm đối tượng tiềm năng khác có chú ý hay không chẳng có gì đáng nói.

Ý tưởng đã gây được ấn tượng đó của chúng ta còn phải chứa những gợi ý mở phù hợp với định kiến của nhóm đối tượng tiềm năng mục tiêu nhằm múc đích kích thích họ hình thành câu chuyện cho mình và rồi kể lại cho những người chung quanh họ nghe về những lợi ích hay thích thú đã nhận được từ chúng ta.

Nên ghi nhận, chúng ta không cần đến những ý tưởng marketing có vẻ lớn lao bởi nhóm đối tượng tiềm năng mà chúng ta chọn chỉ là một nhóm có giới hạn. Một ý tưởng thực sự lớn sẽ làm cho chính chúng ta và những người chung quanh chúng ta mê đắm - vì vậy, đó là những ý tưởng nguy hiểm, những ý tưởng có thể làm cho chúng ta lạc hướng khỏi thế giới quan của nhóm đối tượng mục tiêu đã định.

Thế nào là một ý tưởng lớn?

Đó là các ý tưởng mà chúng ta chưa từng thấy ở đâu, chưa từng có một thứ gì tương tự. Một ý tưởng khiến cho chúng ta ấn tượng đến mức phải bật dậy mà hào hứng tìm người để kể lại về những gì mình đã ấn tượng. Một ý tưởng quá minh bạch, quá tốt, quá vững vàng và hay đến mức làm cho ta tin chắc là mình phải sử dụng và tin chắc là ý tưởng đó có thể đem lại cho chúng ta hàng triệu người hào hứng với ý tưởng.

Nên nhớ, đương nhiên ta cần đến hàng triệu người hào hứng với ý tưởng marketing của mình nhưng không phải chỉ có vậy và hết. Chúng ta cần những người muốn mua sản phẩm hay dịch vụ của mình vì những lợi ích hay thích thú sẽ nhận được chứ không phải những người hào hứng chỉ với ý tưởng marketing quá hay của chúng ta. Chúng ta cần, trước hết, chỉ là một số người nhỏ nhưng thật sự hào hứng để rao truyền về những lợi ích hay thích thú có thể nhận được từ những sản phẩm hay dịch vụ mà chúng ta cung ứng.

Đầu năm 2004, những người uống bia Việt Nam đã từng hào hứng với loại bia tươi được đóng chai Laser. Họ đã ấn tượng với thông điệp quảng cáo, đã ấn tượng với các chương trình quảng bá, đã uống thử và cũng có thể đã thực sự hài lòng với chất lượng hoàn toàn có thể chấp nhận của loại bia này.

Vậy, điều gì đã làm cho thương hiệu bia này phải chịu dập vùi rồi biến mất? Mọi người đã uống và đã nghĩ, qua quảng cáo, Laser là một thương hiệu bia của nước ngoài mới tung vào thị trường Việt Nam cho đến khi họ nhận ra tên của công ty chủ quản Tân Hiệp Phát (điều bắt buộc phải ghi) trên nhãn hiệu! Họ đã nghĩ gì? Chính việc che giấu nguồn gốc xuất xứ này trong các chương trình marketing và quảng cáo, quảng bá của Tân Hiệp Phát đã làm cho Laser bị người tiêu dùng rũ bỏ.

Nếu bia Sài Gòn Lùn đã từng được chấp nhận nhưng chỉ vì phân phối yếu kém mà phải èo uột, chắc chắn, nếu Tân Hiệp Phát đừng che giấu xuất xứ của Laser, thương hiệu bia này đã có được một chỗ đứng nhất định trên thị trường cạnh tranh căng thẳng này. Thật đáng tiếc cho một ý tưởng marketing tốt đã phải lãnh lấy phần thất bại chỉ vì không thể nhất quán được với mọi yếu tố marketing liên quan. Chính bởi vì vậy mà chúng ta cần phải cẩn trọng với những ý tưởng marketing của mình. Không phải tuyệt vời là đã đủ bởi ý tưởng đó còn phải phù hợp và được thể hiện một cách nhất quán và đáng tin với mọi yếu tố marketing liên quan.

Những yếu tố marketing liên quan

Tùy theo sản phẩm hay dịch vụ mà các yếu tố marketing liên quan hình thành nhưng nói chung, ở đây có một số yếu tố liên quan chính mà mọi công cuộc kinh doanh cũng như các chương trình marketing đều phải chú ý.

Phân phối
Bán hàng
Giá

Sản xuất

Nguyên liệu

Định vị

Môi trường cạnh tranh

Có nghĩa là mọi yếu tố liên quan đến kinh doanh và phát triển cũng đều là những yếu tố marketing liên quan những có những yếu tố marketing hoàn toàn tiêng biệt không liên quan gì đến việc kinh doanh hay phát triển của một công ty, một thương hiệu. Ví dụ như nhu cầu hay mong muốn tiềm ẩn của người tiêu dùng; xu hướng phát triển nhận thức thương hiệu của các đối tượng tiềm năng; các nhóm đối tượng mục tiêu mở rộng (trong marketing gợi ý câu chuyện); các sự kiện xã hội đang hoặc có khả năng sẽ tác động đến ý thức của người tiêu dùng… và còn nhiều nữa tùy theo sản phẩm, dịch vụ, đối tượng tiềm năng và ngay cả bản thân ý tưởng marketing và sự cẩn trọng của chúng ta đối với các yếu tố marketing liên quan.

Đương nhiên, khi chúng ta cẩn trọng đánh giá, đo lường càng nhiều yêu tố marketing liên quan, khả năng thành công và đáp trả của ý tưởng khi đi vào hoạt động càng cao một cách tương ứng. Vì các yếu tố liên quan này mà marketing là quan trọng đối với mọi công cuộc kinh doanh bởi marketing không chỉ ảnh hưởng đến toàn bộ hoạt động của một công ty, một thương hiệu mà còn quan trọng hơn - marketing có những tác động quan trọng đối với sự phát triển của một công cuộc kinh doanh.

Để hiểu rõ hơn về các yếu tố marketing liên quan đói với một ý tưởng marketing, chúng ta sẽ điểm qua một sô ví dụ thực tế đã xảy ra trên thị trường.

Phân phối và bán hàng -

Như đã được nói đến trong chương VI, trường hợp của bia Sài Gòn Lùn là một trường hợp điển hình cho thất bại hình thành từ tác động của các yếu tố marketing liên quan. Trên thực tế, bia Sài Gòn Lùn đã thực sự tạo thành mãi lực trong một khoảng thời gian khá dài sau khi các chương trình quảng cáo được tiến hành. Đáng tiếc là hãng Bia Sài Gòn lúc đo đã không xem trọng khâu phân phối và bán hàng nên đã để nhiều đối tượng tiềm năng phải thất vọng khi yêu cầu mà không có. Chính bản thân tôi và nhóm bạn trong giới quảng cáo, marketing, đã từng phải thất vọng khi gọi bia Sài Gòn lùn nhưng không có.

Giá (môi trường cạnh tranh) -

Yếu tố giá đã đánh chìm một thương hiệu hóa phẩm vừa nổi lên là trường hợp đã xảy ra với Công ty Hóa phẩm Quốc tế ICC - International Chemicals Co. - vào năm 2002, khi công ty hóa phẩm này giới thiệu các loại bột giặt Bay, dầu gội đầu Veo của mình. Họ đã định giá sản phẩm của mình thấp hơn khoảng 10% so với các loại bột giặt và dầu gội đang dẫn đầu thị trường vào lúc đó như OMO, Panthene... nếu các thương hiệu này của ICC không nổi lên được, không có gì đáng nói. Điều đáng nói là với chương trình marketing thực sự chuyên nghiệp của mình, ICC đã tạo thành mãi lực cho các sản phẩm của họ và... đương nhiên, những người khổng lồ của thế giới hóa phẩm như P&G và Unilever không thể để yên cho một công ty non trẻ như ICC thả sức múa gậy vườn hoang. Không hẹn nhưng cả hai ông khổng lồ này cùng lúc hạ giá sản phẩm của họ 15%! Và điều xảy ra là các thương hiệu Bay và Veo nhanh chóng mất đi mãi lực chỉ vừa mới hình thành. Mọi chuyện còn lại thì như chúng ta đều biết - Ngay cả cái tên ICC ngày nay cũng không còn thực sự tồn tại trên chốn thị trường. Đây cũng là một trương hợp tác động của yếu tố marketing môi trường cạnh tranh.

Sản xuất -

Trong trường hợp của thương hiệu nước rửa chén Sunlight nổi tiếng của Unilever đã được nói đến trong phần dẫn nhập ở đầu sách. Trường hợp này là một minh chứng cho sự tác động của yếu tố sản xuất đối với một ý tưởng marketing.

Nguyên liệu -

Cuôi tháng Tám 2004, tin đồn lan ra ở thành phố Hồ Chí Minh và được báo chí đăng tải về việc Nutifood - một công ty hóa thực phẩm non trẻ nhưng đã giành được một vị thế đáng kể trên thị trường thực phẩm trẻ em ở Việt Nam - sử dụng nguyên liệu kém phẩm chất để sản xuất sữa bột! Mãi lực suy giảm, đương nhiên. Tuy sau đó thương hiệu này đã vượt qua được khủng hoảng nhờ một nỗ lực marketing phải nói là hoàn toàn thích hợp với tình hình lúc đó nhưng... không phải dễ để có thể giành lại những thị phần đã mất vì sự kiện không mong muốn này. Tuy đây là một tại nạn hoàn toàn nằm ngoài dự kiến nhưng dù sao cũng cho ta thấy được tác động của nguyên liệu sản xuất đối với một ý tưởng marketing đã thành công.

Định vị -

Như chúng ta đã đọc trong chương VI, trường hợp thành công của ý tưởng marketing - dầu gội cho đàn ông - của thương hiệu X-Men còn là một trường hợp định vị thành công điển hình ở Việt Nam. Tuy chỉ là một công ty mới với ngân sách marketing quảng cáo có giới hạn nhưng ICP đã thực sự được đón nhận nhờ định vị tốt. Khi các loại dầu gội khác được ngầm hiểu là phát triển và sản xuất dành cho phụ nữ là chính, tự định vị là loại dầu gội dành riêng cho nam giới là một khác biệt đã nhanh chóng được người tiêu dùng chấp nhận.

Qua các ví dụ được nói đến ở trên, chúng ta đã thấy tác động của các yếu tố marketing liên quan. Bởi vậy, chỉ một ý tưởng marketing tuyệt vời không thôi là chưa đủ để đưa một sản phẩm hay dịch vụ bay lên như ý muốn vì còn đó các yếu tố marketing liên quan sẽ tác động. Chính vì lý do này, những người làm marketing của thời đại mới cần phải cẩn trọng hết sức với những ý tưởng marketing lớn. Các ý tưởng lớn thường làm cho người làm marketing mất tập trung vì quá ấn tượng và vì quá hào hứng sẽ không tỉnh táo để đo lường và nhận thức được thực tế sẽ hình thành từ những yếu tố marketing liên quan.

Những thuộc tính tác động đến hiệu quả của một ý tưởng marketing

Nắm vững được những gì sẽ tác động đến ý tưởng marketing của chúng ta từ những yếu tố marketing liên quan là chúng ta đã sẵn sàng trên con đường đi đến thành công với ý tưởng marketing của mình nhưng… vẫn còn đó những yếu tố tác động khác ảnh hưởng đến tính hiệu quả của một chiến dịch marketing.

Có một số thuộc tính có tác động quan trọng đến sự thành bại của một ý tưởng marketing mà chúng ta cần phải lưu tâm. Đó là các thuộc tính sẽ chứng tỏ tác động của chúng cùng với thời gian. Ngày hôm nay, thời của những quảng cáo ấn tượng có khả năng làm cho mọi người sôi sục đổ ào tới tìm mua sản phẩm đã qua. Con người ngày nay có quá nhiều chọn lựa, họ phải suy xét rồi mới quyết định và rồi cũng có thể quên ngay mất những gì mình vừa suy xét. Những chương trình marketing quảng cáo có thể thu lại đáp ứng tức thời hầu như không còn nữa. Mọi chương trình marketing ngày nay đều cần có thời gian để sức mạnh của một ý tưởng marketing có thể bộc lộ. Đôi khi một ý tưởng marketing thực sự tốt lại phải chịu chết yểu chỉ vì người làm marketing đã nóng vội hủy bỏ khi chưa nhận được những đáp ứng phản hồi đáng khích lệ.

1- Tính lợi nhuận -

Đương nhiên, có những ý tưởng marketing được hình thành chỉ nhằm mục đích tạo thành nhận thức thương hiệu mà không nhắm đến mục tiêu lợi nhuận. Dù sao, hãy nói thật lòng, những người bạn làm marketing của tôi, có thật chúng ta không cần đến lợi nhuận? Không có được lợi nhuận làm sao một công cuộc kinh doanh có thể cứ tồn tại?

Nếu chúng ta có khả năng để bỏ ra hàng trăm tỷ để cứ quảng cáo, quảng bá liên tục cả năm, hai năm hay mười năm liền để xây dựng nhận thức thương hiệu và cũng có thừa tiền để chấp nhận lỗ lã nhiều năm liền nhưng dù sao, nguồn vốn đó rồi cũng phải có lúc cạn kiệt nếu việc kinh doanh không đem lại một tỷ lệ lợi nhuận đủ để có thể tiếp tục tồn tại. Nếu thế, chúng ta xây dựng nhận thức thương hiệu để làm gì?

Chúng ta nỗ lực tạo thành sản phẩm là để cung ứng cho người tiêu dùng, vậy nếu chúng ta không cần người tiêu dùng chấp nhận, mua và đem lại cho chúng ta lợi nhuận để có thể tồn tại - chúng ta còn nỗ lực marketing xây dựng nhận thức thương hiệu làm gì?

Hãy thành thực với bản thân và với các đối tượng tiềm năng của mình, mục đích cuối cùng của những người làm marketing là tạo thành lợi nhuận đúng mức để có thể tồn tại và tiếp tục phục vụ.

2- Tính tự bảo vệ -

Một khi ý tưởng marketing của chúng ta chứng tỏ hiệu quả, chắc chắn sẽ có nhiều đối thủ cạnh tranh lớn nhỏ nhào vô ăn theo cách này hay cách khác. Bởi vậy, chúng ta phải xây dựng ý tưởng ngay từ bước khởi đầu với những đặc tính hay khác biệt có khả năng tự bảo vệ trước sự phát triển của môi trường cạnh tranh.

Một khi có thể làm được điều này, khả năng thành công lâu dài của ý tưởng marketing của chúng ta sẽ cao hơn bởi các đối thủ cạnh tranh sẽ không thể làm phai đi ấn tượng mà ta đã tạo thành trong tâm trí của các đối tượng tiềm năng. Đương nhiên, các đối thủ sẽ tìm mọi cách ăn theo ý tưởng đã chứng tỏ hiệu quả nhưng - vì những khác biệt mà họ không thể có (hay những đề nghị bán độc quyền đúng nghĩa độc quyền), nhận thức lợi ích của chúng ta sẽ mãi tồn tại trong tâm trí người tiêu dùng. Nên ghi nhận, chúng ta đang nói đến nhận thức lợi ích chứ không phải nhận thức thương hiệu. Nhận thức lợi ích là điều sẽ thúc đẩy người tiêu dùng tìm đến và mua sản phẩm hay dịch vụ của chúng ta chứ không như nhận thức thương hiệu - điều người ta chỉ thích thú nói đến chứ không bị thúc đẩy phải mua để sử dụng.

3- Tính thích ứng -

Ý tưởng marketing của chúng ta phải tương thích được với suy nghĩ của đại đa số các đối tượng tiềm năng, với phong cách sống của số đông. Nếu ý tưởng marketing của chúng ta quá khác người, quá xa lạ với số đông - số người thích thú lan truyền câu chuyện về ý tưởng của chúng ta sẽ nhanh chóng chán nản bởi không có mấy người hưởng ứng với câu chuyện họ kể. Ý tưởng đó có thể là về một cách sống hoàn toàn mới nhưng dù sao, cách sống đó cũng phải có khả năng được số đông chấp nhận nhanh chóng. Chúng ta có thể muốn thay đổi cách nghĩ, cách sống của người tiêu dùng nhưng chỉ e là ngân sách marketing và thời gian không tạo điều kiện thuận lợi đủ để ý muốn thay đổi của chúng ta có thể tạo thành tác động Đặc biệt với marketing câu chuyện, một khi ý tưởng của chúng ta không thể nhanh chóng tạo thành động lực lây lan, ý tưởng đó sẽ nhanh chóng lụi tàn và rồi mất tăm mất tích.

4- Tính linh hoạt -

Nếu ý tưởng marketing của chúng ta được thiết kế quá cứng nhắc đến mức không thể thay đổi hay điều chỉnh theo điều kiện thường thay đổi của chốn thị trường, ý tưởng đó của chúng ta cũng khó lòng có thể tồn tại và phát triển mạnh mẽ như mong muốn. Không ai có thể chắc chắn sẽ lường hết được mọi xu hướng, mọi diễn biến hay thay đổi trong xã hội cũng như trên chốn thị trường, bởi vậy - ý tưởng marketing của chúng ta nên và cần được thiết kế một cách linh hoạt để có thể hoán chuyển hay chỉnh đổi khi cần thiết. Với một ý tưởng marketing có tính linh hoạt như thế, chúng ta đã bảo đảm thêm cho thành công cuối cùng của mình được chắc chắn hơn.

Một khi ý tưởng marketing của chúng ta được thiết kế với sự chú ý đến bốn thuộc tính này, chúng ta có thể tin vào thành công của chiến dịch marketing mình sẽ triển khai mà không e ngại những ngăn trở bất ngờ có thê đến qua thời gian. Đương nhiên, ý tưởng marketing và các thuộc tính này của ý tưởng phải được dự kiến đúng và vận dụng phù hợp với xu hướng phát triển của thị trường cũng như ý thức của các đối tượng tiềm năng.

***

THAY LỜI KẾT

Bởi chốn thị trường ngày nay luôn biến động và thay đổi với nhiều người đến và cũng không ít kẻ ra đi nên trước khi quyết định - chúng ta cần phải hết sức cẩn trọng nếu không muốn phải cay đắng rời bỏ cuộc chơi khi còn quá sớm. Những cuộc chơi mà khi buộc phải rời bỏ sẽ để lại những dư vị cay đắng có tác động không tốt cho tinh thần sáng tạo của chúng ta, những người làm marketing. Thất bại là mẹ thành công, đồng ý, nhưng cũng có những thất bại sẽ chôn vùi danh tiếng cũng như lòng tự tin của một người làm marketing .

Những thất bại mà ta không phải trả giá bằng chính uy tín bản thân là không đáng nói nhưng nếu đó là một thất bại mà ta là người chịu trách nhiệm chính - đó là những thất bại sẽ chôn vùi đi lòng quả quyết và sự tự tin cũng như những nỗ lực sáng tạo của chúng ta.

Với những thông tin và ý tưởng các bạn vừa đọc, tôi tin là các bạn đã ghi nhận được không ít những giá trị cần thiết cho các chương trình marketing của mình trong tương lai. Từ những ý tưởng đã có, các bạn còn có thể tự mình phát kiến ra nhiều giá trị quan trọng khác nữa sẽ tác động đến thành công hay thất bại của các chiến dịch marketing mà bạn sẽ thực hiện trong tương lai. Thành công đáng giá và to lớn vẫn luôn chờ chúng ta ở đâu đó sau những khúc quanh trước mặt.

###

THÁI HÙNG TÂM

KHÔNG Ý TƯỞNG - KHÔNG MARKETING

***

Trình bày & thiết kế bìa: **Thái Hùng Tâm**

Sửa bản in:

Thực hiện: **Vầng Trăng Việt**

Liên hệ: Nhóm tác giả Vầng Trăng Việt
Mobile: 0903602986 - 0939250962
email: vangtrangviet.sach@gmail.com
website:http://thaihungtam-blog.blogspot.com